മമ്പുറം സയ്യിദ് ഫസൽ പൂക്കോയ തങ്ങൾ

അധിനിവേശ വിരുദ്ധ ചരിത്രത്തിലെ നിത്യസാന്നിധ്യം

mampuram sayyid fazal pookoya thangal:
adhinivesa virudha charithrathile nithya sanidhyam

•

a group of writers

•

editors
dr. k k n kurup
dr. p k pokker

•

first edition
january 2006

•

second edition
october 2012

•

third edition
october 2020

•

published & type setting
chintha publishers, thiruvananthapuram

•

•

cover
vinod mangoes

•

Distribution

DESHABHIMANI BOOKHOUSE

H O Thiruvananthapuram 695035
phone: 0471-2303026, 6063026
Email: chinthapublishers@gmail.com
Website: www.chinthapublishers.com

Branch

Head Office Kunnukuzhi • Statue Thiruvananthapuram • KSRTC Bus Station Alappuzha • KSRTC Bus Station Ernakulam • Machingal Lane Thrissur • IG Road Kozhikode • Mavoor Road Kozhikode • NGO Union Building Kannur • Central Bus Terminal Complex Thavakkara Kannur

CR - 1356 / 3429
ISBN - 978-93-82328-53-7

മമ്പുറം സയ്യിദ് ഫസൽ പൂക്കോയ തങ്ങൾ

അധിനിവേശ വിരുദ്ധ ചരിത്രത്തിലെ നിത്യസാന്നിധ്യം

എഡിറ്റേഴ്സ്

ഡോ. കെ കെ എൻ കുറുപ്പ്

ഡോ. പി കെ പോക്കർ

ചിന്ത പബ്ലിഷേഴ്സ്

തിരുവനന്തപുരം-695 035

ഡോ. കെ കെ എൻ കുറുപ്പ്

1939 ൽ ജനനം. ചരിത്രകാരനും ഗവേഷകനും. കാലിക്കറ്റ് സർവ്വകലാശാലയുടെ മുൻ വൈസ് ചാൻസലർ. കേരള സർക്കാരിന്റെ സാംസ്കാരിക വകുപ്പിനുകീഴിലുള്ള തൃപ്പൂണിത്തുറയിലെ സെന്റർ ഫോർ ഹെറിറ്റേജ് സ്റ്റഡീസിന്റെ മുൻ ഡയറക്ടർ ജനറൽ. എം ഇ എസ് കമ്യൂണൽ ഹാർമണി അവാർഡ്, ഷെയ്ക്ക് സെയ്നുദ്ദീൻ മഗ്ദൂം (Makhdoom) അവാർഡ്, കൊച്ചുണ്ണി പണിക്കർ തുടങ്ങിയ അവാർഡുകൾ നേടിയ ചരിത്രകാരൻ. ഇന്ത്യൻ കൗൺസിൽ ഓഫ് ഹിസ്റ്റോറിക്കൽ റിസർച്ചിലെ ഫെലോ ആണ്. 1991 ൽ ധാർവാനിൽ സമ്മേളിച്ച സൗത്ത് ഇന്ത്യൻ ഹിസ്റ്ററി കോൺഗ്രസിന്റെ ജനറൽ പ്രസിഡന്റും 1993 ൽ മൈസൂറിൽ ചേർന്ന ഇന്ത്യൻ ഹിസ്റ്ററി കോൺഗ്രസിന്റെ പ്രസിഡന്റും ആയിരുന്നു. 1981 ൽ സാമൂഹ്യ ശാസ്ത്രത്തിൽ മലയാളത്തിലെ നല്ല കൃതിക്കുള്ള കെ ദാമോദരൻ അവാർഡും 2010 ൽ അബുദാബി ശക്തിയുടെ ടി കെ രാമകൃഷ്ണൻ സമ്മാനവും നേടി. മലയാളത്തിലും ഇംഗ്ലീഷുമായി നാല്പതിലേറെ ഗ്രന്ഥങ്ങൾ രചിച്ചിട്ടുണ്ട്. വടകരയിൽ മലബാർ ഇൻസ്റ്റിറ്റ്യൂട്ട് ഫോർ റിസർച്ച് & ഡെവലപ്മെന്റ് (2002) സ്ഥാപിച്ച് ഗവേഷണ പ്രവർത്തനങ്ങൾക്ക് നേതൃത്വം നല്കിയിരുന്നു.

വിലാസം : ചോമ്പാല പി ഒ
വടകര, കോഴിക്കോട്
ഫോൺ : 9747002929

ഡോ. പി കെ പോക്കർ

പ്രശസ്ത മാർക്സിസ്റ്റ് സൈദ്ധാന്തികനും നിരൂപകനും. കേരള ഭാഷാ ഇൻസ്റ്റിറ്റ്യൂട്ടിന്റെ ഡയറക്ടറായിരുന്നു. കോഴിക്കോട് സർവകലാശാല ഫിലോസഫി വിഭാഗം മേധാവിയായിരുന്നു. സ്വത്വരാഷ്ട്രീയം എന്ന ഗ്രന്ഥം 2008 ലെ ഏറ്റവും മികച്ച വൈജ്ഞാനിക സാഹിത്യകൃതിക്കുള്ള കേരള സാഹിത്യ അക്കാദമി പുരസ്കാരം നേടി. *ആധുനികോത്തരതയുടെ കേരളീയ പരിസരം* എന്ന ഗ്രന്ഥം 1997 ലെ സാഹിത്യ വിമർശനത്തിനുള്ള തായാട്ട് അവാർഡു നേടി.

ദെറിദ ദ ഫിലോസഫർ ഓഫ് ഡികൺസ്ട്രക്ഷൻ, ക്രിയേറ്റിവിറ്റി ആന്റ് ഫ്രീഡം - എ മാർക്സിയൻ പെർസ്പെക്ടീവ് ആധുനികോത്തരതയുടെ കേരളീയ പരിസരം, വർണ്ണഭേദങ്ങൾ പാഠഭേദങ്ങൾ, ഇ എം എസും ആധുനിക കേരളവും, സ്വത്വരാഷ്ട്രീയം, കേരളീയതയുടെ വർത്തമാനം, മാർക്സിസവും പ്രച്ഛന്ന മാർക്സിസവും, ഭാവുകത്വവും ഭാവനയും സാഹിത്യത്തിൽ ഉൾപ്പെടെ അനവധി കൃതികൾ പ്രസിദ്ധീകരിച്ചു.

വിലാസം : സരോവരം, നല്ലളം (പോസ്റ്റ്) കോഴിക്കോട്
E-mail : pokker.pk@gmail.com

ഉള്ളടക്കം

മമ്പുറം സയ്യിദ് ഫസൽ പൂക്കോയ തങ്ങൾ

പ്രസാധകക്കുറിപ്പ്

ഇരുപതാം നൂറ്റാണ്ടിന്റെ ആദ്യപകുതിയിൽ മലബാറിൽ നടന്ന 'മാപ്പിള ലഹള'യെക്കുറിച്ചുള്ള ഔപചാരിക ചരിത്രപാഠം തിരുത്തിക്കുറിച്ചത് ഇ എം എസ് ആണ്. ഇന്ത്യക്കകത്തും പുറത്തുമുള്ള പ്രശസ്തരായ ചരിത്രഗവേഷകരും ആ നിലപാടിനോടു യോജിച്ചതോടെ അതൊരു വർഗീയകലാപമായിരുന്നുവെന്ന ബോധപൂർവമായ പ്രചാരണത്തിന് മങ്ങലേറ്റു. മലബാറിലെ ഭൂപ്രഭു മാടമ്പിമാർക്കു പിന്തുണ നൽകിയ സാമ്രാജ്യശക്തികളെ നേരിടാനുള്ള നേതൃത്വം നൽകിയത് മമ്പുറം സയ്യിദ് ഫസൽ പൂക്കോയ തങ്ങൾ ആയിരുന്നു. ആ സമരസേനാനിയെ ബ്രിട്ടീഷ് ഭരണാധികാരികൾ നാടുകടത്തുകയായിരുന്നു. പിന്നീടൊരിക്കലും കേരളത്തിൽ കാലുകുത്താൻ അനുവദിച്ചുമില്ല. ആ സാമ്രാജ്യവിരുദ്ധ പോരാളിയുടെ പിന്മുറക്കാരെന്ന് അവകാശപ്പെടുന്ന കൂട്ടർ മമ്പുറം സംസ്കാരത്തിന് തികച്ചും എതിരായ നിലപാട് കൈക്കൊള്ളുന്നു എന്നതാണ് സമകാലിക അനുഭവം. ഇറാഖ്, ഇറാൻ പ്രശ്നങ്ങളിൽ ഇന്ത്യൻ ഭരണവർഗം സ്വീകരിച്ച നിലപാടിന്റെ ഭാഗമാണവർ. മമ്പുറത്തുകാർ എന്നും കൂറുപുലർത്തിയ കീഴാള വിഭാഗത്തോടും അവർക്ക് പുച്ഛമാണ്.

ഈ പശ്ചാത്തലത്തിലാണ് കേരളം കണ്ട അധിനിവേശവിരുദ്ധ പോരാളികളിൽ മുമ്പനായ മമ്പുറം സയ്യിദ് ഫസൽ പൂക്കോയ തങ്ങളുടെ ജീവിതത്തെയും അത് സംഭാവനചെയ്ത ചരിത്രത്തെയും മലയാളി വായനക്കാരെ ഓർമപ്പെടുത്തുന്നത് കാലികപ്രസക്തമാണെന്ന് പി ടി കുഞ്ഞഹമ്മദ് ഓർമപ്പെടുത്തിയത്. ആ ആശയം സുഹൃത്തുക്കളുമായി പങ്കുവച്ചപ്പോൾ കേരളത്തിലെ ഏറ്റവും പ്രഗത്ഭരായ ചരിത്രപണ്ഡിതന്മാരെ തന്നെ ഇക്കാര്യത്തിൽ സഹകരിപ്പിക്കണം എന്ന തീരു

മാനത്തിലെത്തി, അവർ സർവാത്മനാ സഹകരിക്കാൻ തയാറുമായി. തങ്ങളുടെ മികവേറിയ നിരീക്ഷണങ്ങൾ വഴി ഈ കൃതി അവർ സമ്പന്നമാക്കുകയും ചെയ്തു. **ഡോ. കെ എൻ പണിക്കർ, ഡോ. എം ഗംഗാധരൻ, ഡോ. കെ കെ മുഹമ്മദ് അബ്ദുൾ സത്താർ, പി ടി മുഹമ്മദ് സാദിഖ്, ഡോ. കെ കെ എൻ കുറുപ്പ്, ഡോ. പി കെ പോക്കർ, ശ്രീ. ബാലകൃഷ്ണൻ വള്ളിക്കുന്ന്** എന്നിവരോട് നന്ദി പ്രകാശിപ്പിക്കുന്നു. പുസ്തകം എഡിറ്റു ചെയ്ത ഡോ. പി കെ പോക്കറിനോടും ഡോ. കെ കെ എൻ കുറുപ്പു മാഷോടും ഈ കൃതിക്കുതന്നെ പ്രചോദനം നൽകിയ പി ടി കുഞ്ഞഹമ്മദിനോടും ഞങ്ങൾക്ക് നന്ദിയുണ്ട്.

ഈ പുസ്തകത്തിന്റെ ആദ്യരണ്ടു പതിപ്പുകളും പ്രതീക്ഷിച്ചതിലും കൂടുതലായി സ്വീകരിക്കപ്പെട്ടു. മുസ്ലീം സമുദായത്തിന്റെ കുത്തകാധികാരവും അവകാശവും തങ്ങൾക്കാണെന്ന് കരുതിയവരെ ഈ പുസ്തകം അസ്വസ്ഥരാക്കി. അതവർ പ്രകടിപ്പിക്കുകയും ചെയ്തുവെങ്കിലും പുസ്തകം വ്യാപകമായി ചർച്ചചെയ്യപ്പെട്ടു. വ്യവസ്ഥാപിത ചരിത്രപഠനങ്ങളിൽ ഏറക്കുറെ അവഗണിക്കപ്പെടുകയോ വിസ്മരിക്കപ്പെടുകയോ ചെയ്തിരുന്ന മമ്പുറം ഫസൽ പൂക്കോയ തങ്ങൾ, ഇന്ന് കേരളത്തിന്റെ സാംസ്കാരിക - സാമൂഹ്യ മണ്ഡലങ്ങളിൽ ചർച്ചചെയ്യപ്പെടുന്നു. ഈ സാമ്രാജ്യത്വ വിരുദ്ധ പോരാളിയെ ബ്രിട്ടീഷ് ഭരണകൂടം നാടുകടത്തിയിട്ട് 2014 ൽ 162 വർഷം പൂർത്തിയാകുന്നു. കേരളത്തിലെ വ്യത്യസ്തധാരകളിൽ രൂപം കൊള്ളുകയും വളരുകയും ശക്തമാവുകയും ചെയ്ത സാമ്രാജ്യത്വവിരുദ്ധ ജന്മിത്വവിരുദ്ധ പോരാട്ടങ്ങളുടെ ചരിത്രപരിസരങ്ങളെയും വ്യക്തികളെയും ഓർമിപ്പിക്കുകയും ആ പോരാട്ട പരമ്പരയുടെ പ്രധാനകണ്ണികളിലൊന്നായി മമ്പുറം തങ്ങളെ അടയാളപ്പെടുത്തുകയും ചെയ്യുന്ന ഒരു ലേഖനം കൂടി (ജനകീയ പോരാട്ടങ്ങളുടെ പത്തൊൻപതാം നൂറ്റാണ്ട് ഡോ. ശിവദാസൻ പി) കൂട്ടിച്ചേർത്തുകൊണ്ട് ഈ പുസ്തകത്തിന്റെ പുതിയ പതിപ്പ് പുറത്തിറക്കിയത്. അത് ഇപ്പോഴും പ്രസക്തം തന്നെ. മാറ്റിനിർത്തപ്പെട്ട ചരിത്ര സന്ദർഭങ്ങളെ വീണ്ടെടുക്കുകയെന്ന ദൗത്യം ചിന്തയുടെ ചുമതലയായി ഞങ്ങൾ കരുതുന്നു.

ചിന്ത പബ്ലിഷേഴ്സ്

ആമുഖം

മമ്പുറം ഫസൽ പൂക്കോയ തങ്ങളുടെ സമരോത്സുകമായ ജീവിതം അർഹിക്കുന്ന പ്രാധാന്യത്തോടുകൂടി പഠിക്കാൻ നമുക്ക് കഴിഞ്ഞിട്ടില്ല. ബ്രിട്ടീഷ് സാമ്രാജ്യത്വത്തിന്റെ ആധിപത്യത്തിൽ മലബാറിലെ കർഷകരും തൊഴിലാളികളും ഇരട്ടചൂഷണത്തിന് വിധേയമായതിനാലാണ് മലബാറിൽ 1836 നും 1921 നുമിടയിൽ തുടർച്ചയായി കർഷക കലാപങ്ങൾ ഉയർന്നുവന്നത്. ജാതി-ജന്മി-നാടുവാഴി വ്യവസ്ഥ അടിച്ചേൽപ്പിച്ച പീഡനങ്ങൾ ബ്രിട്ടീഷുകാരുടെ ഭരണത്തിൽ പതിന്മടങ്ങ് വർധിക്കുകയാണുണ്ടായത്. ജീവിതാവസ്ഥ അസഹ്യമായിത്തീർന്ന സന്ദർഭത്തിൽ മലബാറിലെ ജനങ്ങൾ ജന്മികൾക്കും ബ്രിട്ടീഷുകാർക്കുമെതിരായി പ്രതികരിക്കാൻ നിർബന്ധിതരായി. എങ്കിലും ഒരു ജനത അവരുടെ പ്രതികരണശേഷി പ്രകടിപ്പിക്കണമെങ്കിൽ അതിനാവശ്യമായ ആശയപരിസരം ഉയർന്നുവരണം. മലബാറിലെ മുസ്ലീം മത പണ്ഡിതന്മാരിൽ ഒരുവിഭാഗം ചൂഷിതരായ ജനങ്ങൾക്ക് ചൂഷണത്തിനെതിരായി പ്രതികരിക്കാനുള്ള ആശയപരിസരം സജ്ജമാക്കിയതിന് ധാരാളം തെളിവുകളുണ്ട്. സയ്യിദ് ഫസൽ പൂക്കോയ തങ്ങൾ (1824-1901) മലബാറിലെ കീഴാള ജനവിഭാഗങ്ങളെ പ്രത്യേകിച്ച് മാപ്പിളമാരെ സാമ്രാജ്യത്വവിരുദ്ധ പ്രക്ഷോഭകാരികളാക്കുന്നതിൽ നിർണായകമായ പങ്കുവഹിച്ച മതപണ്ഡിതനും ചിന്തകനുമായിരുന്നു.

ബ്രിട്ടീഷ് സാമ്രാജ്യത്വത്തിനെതിരായി ഇന്ത്യയിൽ വിവിധ രൂപങ്ങളിലുള്ള ചെറുത്തുനിൽപ്പുകളും സമരങ്ങളും ഉയർന്നുവന്നിരുന്നു. സമരങ്ങളുടെയും കലാപങ്ങളുടെയും യഥാർഥകാരണം പലപ്പോഴും മറച്ചുവെക്കുകയാണ് ബ്രിട്ടീഷ് ഉദ്യോഗസ്ഥർ ചെയ്തത്. ഇപ്പോൾ ഇറാഖിലും

ലത്ത് കേരളത്തിലുടനീളം ഉയർന്നുവന്ന കർഷകസമരങ്ങളും തൊഴിലാളി പ്രക്ഷോഭങ്ങളും ജന്മിത്വത്തിനും നാടുവാഴി ഭരണക്രമത്തിനും ബ്രിട്ടീഷ് ആധിപത്യത്തിനും അറുതിവരുത്തി. മലബാർ കലാപം അടിച്ചമർത്തുന്നതിനുവേണ്ടി ബ്രിട്ടീഷുകാർ 'മാപ്പിള മൂർഖത്വ നിയമം' (Moplah Outrageous Act) കൊണ്ടുവന്നതും മലബാറിലെ കലാപങ്ങളെ മതപരമായ പ്രശ്നം മാത്രമാക്കി ലളിതവൽക്കരിച്ചതും സാമ്രാജ്യത്വത്തിന്റെ 'വിഭജിച്ചു ഭരിക്കുക' (Divide and Rule) എന്ന നയത്തിന്റെകൂടി ഭാഗമായിരുന്നു. മതപരമായ ഘടകങ്ങൾ കലാപകാരികളിൽ ചിലർക്ക് പ്രചോദനം നൽകിയിട്ടുണ്ടെന്നത് യാഥാർഥ്യമാണ്. അതുപോലെ മതവികാരത്തിന്റെ പേരിൽ വർഗീയമായ ചേരിതിരിവുകളും ചില സന്ദർഭങ്ങളിൽ ഉണ്ടായിട്ടുണ്ട്. എങ്കിലും കലാപങ്ങളുടെ പ്രധാന കാരണം സാമ്രാജ്യത്വം അവരുടെ താൽപ്പര്യങ്ങൾ സംരക്ഷിക്കുന്നതിനുവേണ്ടി അടിച്ചേൽപ്പിച്ച നിയമനിർമാണങ്ങളും അതിന്റെ ഭാഗമായി ഉയർന്നുവന്ന ജീവിത പ്രയാസങ്ങളുമായിരുന്നു. ഇ എം എസ് ഇതുമായി ബന്ധപ്പെട്ട് എഴുതുന്നത് നോക്കുക:

> ഏറനാട്-വള്ളുവനാട്, വടക്കൻ പൊന്നാനി താലൂക്കുകളിൽ 1836 നും 1898 നും ഇടയ്ക്ക് മാപ്പിളമാർ ഹിന്ദുക്കളെ ആക്രമിച്ചതായ 45 ക്രിമിനൽ കേസുകൾ രേഖപ്പെടുത്തുകയുണ്ടായി (ഈ മേഖലയിൽ മാപ്പിളമാർക്ക് ഭൂരിപക്ഷമുണ്ട്). മാപ്പിളമാർ നിയമലംഘകരായ മതഭ്രാന്തന്മാരാണെന്ന നിഗമനത്തിലാണ് ഔദ്യോഗിക ചരിത്രകാരന്മാർ എത്തിച്ചേർന്നത്. അതുകൊണ്ട് നിയമത്തിന് വിധേയരായി അന്തസ്സായി ജീവിക്കുന്ന പൗരന്മാരെ അക്രമികളിൽനിന്നു രക്ഷിക്കാനെന്ന പേരിൽ സർക്കാർ "മാപ്പിള മൂർഖത്വ നിയമം" (Moplah Outrageous Act) കൊണ്ടുവന്നു. ഈ സംഭവങ്ങളത്രയും ശ്രദ്ധാപൂർവം അപഗ്രഥിച്ച് മനസിലാക്കിയാൽ ഈ കുറ്റകൃത്യങ്ങളിൽ 80 ശതമാനവും മാപ്പിള കുടിയാന്മാർ ഹിന്ദു ജന്മിമാർക്കോ അവരുടെ ശിങ്കിടികൾക്കോ സേവകൻമാർക്കോ പൊലീസ് സംഘത്തിനോ എതിരായി നടത്തിയവയാണെന്ന് കാണാൻ കഴിയും. ഒരുകാര്യം പ്രത്യേകം ഓർക്കണം. ഇവിടെയുള്ള മിക്കവാറും എല്ലാ ജന്മിമാരും ഹിന്ദുക്കളാണ് – വിശേഷിച്ചും നമ്പൂതിരിമാരും രാജകുടുംബത്തിൽപ്പെട്ടവരും ക്ഷേത്രവും. മിക്കവാറും എല്ലാ കുടിയാന്മാരുമാകട്ടെ മാപ്പിളമാരുമാണ് (*ഇ എം എസ് സമ്പൂർണകൃതികൾ,* സഞ്ചിക 5, പു. 28).

ഇത്തരത്തിൽ കലാപത്തിന്റെ വർഗപരമായ ഉള്ളടക്കം വിശകലനം ചെയ്തുകൊണ്ട് ഇ എം എസ് നടത്തിയ നിരീക്ഷണവും പിന്നീട് നടന്ന

അന്വേഷണങ്ങളും കലാപങ്ങളുടെ യഥാർഥകാരണം അനാവരണം ചെയ്യുന്നതിൽ സഹായകരമായിത്തീർന്നിട്ടുണ്ട്. കലാപങ്ങളുടെ പരിമിതിപോലെ തന്നെ അതിന്റെ സാധ്യതയും പരമ്പരാഗത ബുദ്ധിജീവികളുടെ മതാത്മക പരിസരമായിരുന്നു. ഇന്നത്തേതുപോലുള്ള സങ്കീർണമായ ചരിത്ര സന്ദർഭത്തിൽ ഇടതുപക്ഷപ്രസ്ഥാനങ്ങൾ നടത്തുന്ന സാമ്രാജ്യത്വവിരുദ്ധ സമരങ്ങൾക്കും പ്രക്ഷോഭങ്ങൾക്കും എല്ലാ വിഭാഗം ജനങ്ങളുടെയും പിന്തുണ അനിവാര്യമാണ്. എക്കാലത്തും പീഡിതരും ചൂഷിതരുമായ ജനങ്ങൾക്കുവേണ്ടി സമരോത്സുകമായി ജീവിച്ച മഹാന്മാരുടെ പാത പിൻപറ്റുന്ന മുഴുവൻ ജനങ്ങളിലും സാമ്രാജ്യത്വവിരുദ്ധ ചിന്ത ഉയർന്നു വരാൻ ഫസൽ പൂക്കോയ തങ്ങളുടെ അനുഭവലോകത്തെക്കുറിച്ചുള്ള അറിവ് സഹായിക്കുമെന്നതിൽ സംശയമില്ല.

ഡോ. കെ കെ എൻ കുറുപ്പ്
ഡോ. പി കെ പോക്കർ

മാപ്പിള മുന്നേറ്റവും പരമ്പരാഗത ബുദ്ധിജീവികളും

ഡോ. കെ എൻ പണിക്കർ

മാപ്പിളമാർക്കിടയിലെ പരമ്പരാഗത ബുദ്ധിജീവികൾ മതപണ്ഡിതരായ ഉലമാക്കൾ മാത്രമല്ല, താരതമ്യേന അപ്രധാനികളെങ്കിലും സ്വാധീനശേഷിയിൽ തുല്യരായ മുസ്ലീയന്മാരും ഖാദിമാരുംപെടും. ഗ്രാമീണരായ മാപ്പിളമാരുടെ വീക്ഷണം രൂപപ്പെടുത്തുന്നതിൽ ഇവരെല്ലാം മേധാവിത്വപരമായ പങ്കുവഹിച്ചിട്ടുണ്ട്. മതാനുഷ്ഠാനങ്ങളിൽ മാത്രമല്ല, മറ്റു ജീവിതക്രമങ്ങളിലേക്കും ഇവരുടെ സ്വാധീനം നീണ്ടു. ഗ്രാംഷി പറഞ്ഞ പോലെ "ഗ്രാമീണ ജീവിതത്തിന്റെ സമഗ്രതയും അതിനകത്ത് മാറ്റങ്ങൾക്കായുള്ള ബീജങ്ങളും വിക്ഷുബ്ധതകളും" തിരിച്ചറിയാൻ പരമ്പരാഗത ബുദ്ധിജീവികൾ നയിച്ച പ്രസ്ഥാനങ്ങളുമായി അതിനുള്ള കണ്ണിചേർക്കൽ വിലയിരുത്തേണ്ടതുണ്ട്.

കൊളോണിയൽ ഭരണകൂടത്തിന്റെ സാംസ്കാരിക-പ്രത്യയശാസ്ത്ര കടന്നുകയറ്റവും ക്രിസ്ത്യൻ മിഷണറിമാരുടെ പ്രവർത്തനങ്ങളും മതസേവനം ജീവിതവൃത്തിയാക്കിയ ഉലമാക്കളിലും മറ്റും അസംതൃപ്തിയുളവാക്കി. ബാഹ്യസ്വാധീനങ്ങളെ നേരിടാൻ സ്വന്തം മതവും സംസ്കാരവും പുനരുജ്ജീവിപ്പിക്കേണ്ടതുണ്ടെന്ന് മുസ്ലീംമതപണ്ഡിതർ കരുതി. ഈ പശ്ചാത്തലത്തിൽ അവരുടെ മതബോധനങ്ങൾക്ക് ബ്രിട്ടീഷ് വിരുദ്ധതയുടെ മുഖം ലഭിച്ചത് സ്വാഭാവികമാണെന്നുകാണാം. മാപ്പിളകർഷകരുടെ പ്രത്യയശാസ്ത്രലോകം അവർക്കിടയിലുള്ള പാരമ്പര്യ ബുദ്ധിജീവികളുടെ പ്രബോധനങ്ങളുടെയും ശാസനകളുടെയും നിയന്ത്രിതപരിധിക്കുള്ളിലായി. മാപ്പിളകർഷകർ അവരുടെ സാമൂഹ്യമുന്നേറ്റങ്ങൾക്കുള്ള ഊർജം സംഭരിച്ചത് ഈ ആശയലോകത്തു നിന്നാണ്.

മാപ്പിളമുന്നേറ്റത്തിന്റെ ചാലകശക്തികളായി മാറിയ പരമ്പരാഗത

ബുദ്ധിജീവികളിൽ പ്രമുഖർ നാലുപേരാണ്. ഇവർ വെളിയങ്കോട് ഉമർഖാസി, സയ്യിദ് അലവി തങ്ങൾ, അദ്ദേഹത്തിന്റെ മകൻ മമ്പുറം സയ്യിദ് ഫസൽ പൂക്കോയ തങ്ങൾ, സയ്യിദ് സനാ-ഉല്ലാ മക്തി തങ്ങൾ എന്നിവരാണ്.

1757 ൽ പ്രശസ്ത മതപണ്ഡിത കുടുംബത്തിൽ ജനിച്ച ഉമർഖാസി മഖ്ദൂം കുടുംബത്തിലെ മമ്മിക്കുട്ടി ഖാസിയുടെ കീഴിൽ പൊന്നാനിയിൽ പഠനം പൂർത്തിയാക്കി വെളിയങ്കോട് ഖാസിയായി സ്ഥാനമേറ്റു. ദിവ്യാത്ഭുതങ്ങൾ കാട്ടാൻ കഴിവുണ്ടെന്ന് വിശ്വസിക്കപ്പെട്ട അദ്ദേഹം അതിലൂടെ വൻ പ്രശസ്തിയും സ്വാധീനശേഷിയും ആർജിച്ചു. എന്നാൽ, അദ്ദേഹം തന്റെ പ്രവർത്തനമണ്ഡലം മതകാര്യങ്ങളിൽ ഒതുക്കി നിർത്തിയില്ല. ബ്രിട്ടീഷ് ഭരണത്തിനെതിരെ 'ഫത്വ' പുറപ്പെടുവിച്ച് മാപ്പിളകർഷകരെ പ്രക്ഷോഭത്തിനിറക്കിയെന്ന കുറ്റത്തിന് അദ്ദേഹത്തെ അറസ്റ്റ് ചെയ്തു ശിക്ഷിച്ചു. ഉമർഖാസിയുടെ ജീവചരിത്രത്തിന്റെ വിശദരൂപം നിർഭാഗ്യവശാൽ ലഭ്യമല്ല. അമാനുഷനും ദിവ്യജ്ഞാനസിദ്ധിയുമുള്ള ആളെന്ന നിലയിലാണ് അദ്ദേഹം കരുതപ്പെട്ടതെന്ന് സംശയരഹിതമാണ്. പൊലീസ് ലോക്കപ്പിൽനിന്ന് അപ്രത്യക്ഷനായ ഉമർഖാസി പൊലീസുകാരെക്കൊണ്ട് താൻ പറയുന്നതു ചെയ്യിച്ചുവെന്ന കഥ ഇന്നും പ്രചാരത്തിലുണ്ട്. ഗദ്യത്തിലും പദ്യത്തിലും സൂക്തങ്ങൾ രചിച്ച്, മത-സാമൂഹ്യ ചോദ്യങ്ങൾ ഉന്നയിച്ച്, ബ്രിട്ടീഷ് ഭരണത്തിനെതിരെ മതശാസനകളിറക്കി, മാപ്പിള കർഷകരെ ആവേശം കൊള്ളിച്ച ഉമർഖാസി കൊളോണിയൽ വിശുദ്ധ ചെറുത്തുനിൽപ്പിന്റെ ധൈഷണിക പ്രതീകമായിത്തീർന്നു. 1852 ൽ 95-ാം വയസിൽ അന്തരിച്ച ശേഷം മാപ്പിള ഗ്രാമീണരുടെ ഇതിഹാസപുരുഷനായി മാറുകയായിരുന്നു അദ്ദേഹം.

കൂടുതൽ ഗണനീയമായ പങ്കുവഹിച്ചത് മമ്പുറം തങ്ങന്മാരാണ്- സയ്യിദ് അലവിയും മകൻ സയ്യിദ് ഫസലും. 1767 ൽ 17-ാം വയസിൽ അറേബ്യയിൽ നിന്ന് മലബാറിലെത്തിയതാണ് സയ്യിദ് അലവി. മതപണ്ഡിതനായ അമ്മാവൻ സയ്യിദ്ഹസ്സൻ ജിഫ്രിയോടൊപ്പം മമ്പുറത്ത് താമസമാക്കി. പ്രവാചകനായ മുഹമ്മദിന്റെ മകൾ ഫാത്തിമയുടെയും സഹോദരൻ അലിയുടെയും പരമ്പരയിൽപ്പെട്ട താരിം അലവിമാരുടെ കുടുംബത്തിൽപ്പെട്ടയാളാണ് സയ്യിദ് അലവി തങ്ങൾ. ഇതുമൂലം മലബാറിൽഅന്ന് മറ്റാർക്കും ലഭിക്കാത്ത മതസ്വാധീനശേഷി അദ്ദേഹത്തിന് ഉണ്ടായിരുന്നു. ആ നൂറ്റാണ്ടിലെ വ്യാപക അംഗീകാരം നേടിയ, അപ്രമാദിയായ മതശ്രേഷ്ഠനായി അലവി തങ്ങൾ മാറി. അദ്ദേഹത്തിലൂടെ മമ്പുറം പ്രധാന മതകേന്ദ്രവുമായിത്തീർന്നു.

മാപ്പിളമാർക്കിടയിൽ ബ്രിട്ടീഷ്വിരുദ്ധ വികാരം വളർത്തിയെടുക്കുന്നതിൽ അലവി തങ്ങൾ സുപ്രധാന പങ്കുവഹിച്ചു. സുഹൃത്ത് ഉമർഖാസിയെപ്പോലെതന്നെ ബ്രിട്ടീഷ് ഭരണ-രാഷ്ട്രീയ പ്രയോഗങ്ങളോട്

അലവി തങ്ങൾക്ക് കടുത്ത അസംതൃപ്തി ഉടലെടുത്തു. ബ്രിട്ടീഷ് ഭരണത്തിനെതിരായ അദ്ദേഹത്തിന്റെ നിലപാടുകൾ സ്വന്തം മതനിലപാടുകളുടെ തുടർച്ചതന്നെയായിരുന്നു. അന്ത്യംവരെ ബ്രിട്ടീഷുകാർക്കെതിരെ പോരാടാൻ ആഹ്വാനം ചെയ്യുന്ന 'സെയ്ദുൽ ബത്താർ' എന്ന പ്രത്യാഖ്യാനപത്രികയിൽ തന്റെ നിലപാട് അലവി തങ്ങൾ ശക്തമായി അവതരിപ്പിക്കുന്നുണ്ട്. 1801 ലെയും 1817ലെയും മാപ്പിളപ്രക്ഷോഭത്തിനു പിന്നിൽ അലവി തങ്ങൾക്ക് പങ്കുണ്ടെന്ന് സംശയിച്ച ബ്രിട്ടീഷുകാർ അദ്ദേഹത്തെ അറസ്റ്റ് ചെയ്യാൻ ആലോചിച്ചു. കലാപം പൊട്ടിപ്പുറപ്പെടുമോ എന്ന ഭയംമൂലം ബ്രിട്ടീഷ് ഉദ്യോഗസ്ഥർ അതിൽനിന്ന് പിൻവാങ്ങുകയായിരുന്നു.

ബ്രിട്ടീഷ് വിരുദ്ധ ജിഹാദിന് ആഹ്വാനം ചെയ്ത തങ്ങൾക്ക് ഇതര മതസ്ഥരോടുള്ള നിലപാട് അതായിരുന്നില്ല. ഹിന്ദുക്കൾക്കിടയിൽ അദ്ദേഹത്തിന് ധാരാളം സുഹൃത്തുക്കളും ആരാധകരും ഉണ്ടായിരുന്നു. അലവിതങ്ങൾ 'അറബ് മതഭ്രാന്തനാ'ണെന്ന ഔദ്യോഗികഭാഷ്യം പൊള്ളയായിരുന്നു. ഹിന്ദുവിരോധം അദ്ദേഹം പ്രകടിപ്പിച്ചുവെന്നതിന് ഒരു തെളിവുമില്ല. തന്റെ മാനേജരായി ഒരു ഹിന്ദുവിനെ നിയമിക്കുകയും ചെയ്തുവെന്നത് ഔദ്യോഗിക ഭാഷ്യത്തെ ഖണ്ഡിക്കുന്നതിനുള്ള തെളിവായി ഉണ്ടുതാനും.

അലവി തങ്ങളുടെ മതപ്രചാരണത്തിന്റെ പ്രാധാന്യം കിടക്കുന്നത് അത് മാപ്പിളമാർക്കിടയിൽ മതപുനരുദ്ധാരണവും പുനരുജ്ജീവനവും വളർത്തിയെന്നതിലാണ്. മതാചാരങ്ങളുടെ ശുദ്ധീകരണവും മുസ്ലീം ഏകീകരണവുമായിരുന്നു അദ്ദേഹത്തിന്റെ ആത്മീയലക്ഷ്യം. ധാരാളം യാത്ര ചെയ്യുകയും ജില്ലയുടെ മുക്കിലും മൂലയിലും മതപ്രഭാഷണങ്ങൾ നടത്തുകയും ചെയ്ത അദ്ദേഹം പുതിയ പള്ളികൾ സ്ഥാപിക്കുകയും പഴയവ പുതുക്കിപ്പണിയുകയും ചെയ്തു. ഇസ്ലാമിന്റെ സിദ്ധാന്തങ്ങൾ കർക്കശമായി പിന്തുടരണമെന്ന് അദ്ദേഹം അനുയായികളോട് ആവശ്യപ്പെട്ടു. ആത്മവിശുദ്ധിയും 'നഫ്സി'നെതിരെ(അനീതി, അധർമം) ജിഹാദും സമുദായത്തിന്റെ പുരോഗതിക്ക് ആവശ്യമാണെന്ന് അദ്ദേഹം പഠിപ്പിച്ചു. മാപ്പിളമാരുടെ മതക്രമീകരണത്തിന് ഊന്നൽ നൽകിയ സയ്യിദ് അലവി തങ്ങളുടെ ആശയങ്ങൾ മതമൗലികതയുടെ അതിർവരമ്പിലാണ് നിൽക്കുന്നത്. എന്നാൽ ഇതര മതങ്ങളുടെ അനുയായികളോട് ഇതിന് അസഹിഷ്ണുതയില്ല. 'അനീതിക്കെതിരെ ജിഹാദ്' എന്ന ആഹ്വാനമാണ് അദ്ദേഹം നൽകിയത്. 'ഇസ്ലാമിന്റെ ശത്രുക്കൾക്കെതിരെ ജിഹാദ്' എന്ന ആശയത്തെ അലവി തങ്ങൾ ബോധപൂർവം നിരുൽസാഹപ്പെടുത്തിയിരുന്നുവെന്നത് സുവ്യക്തമാണ്. സയ്യിദ് അലവിയുടെ മകനും പിന്തുടർച്ചാവകാശിയുമായ സയ്യിദ് ഫസൽ പൂക്കോയ തങ്ങൾ പിതാവിന്റെ വഴിയിലൂടെ കൂടുതൽ തീവ്രതയോടെ ഉയർന്നുവന്നു. അദ്ദേഹം മമ്പുറത്ത് ഒരു ജമാഅത്ത്പള്ളി പണി

യുകയും അത് മാപ്പിളമാർക്ക് ഏറ്റവും പ്രധാന മതകേന്ദ്രമാവുകയും ചെയ്തു. എല്ലാ വെള്ളിയാഴ്ചയും അദ്ദേഹം കുത്തുബ നടത്തുകയും അനിസ്ലാമിക രീതികളെ അപലപിക്കുകയും ഖുറാൻ പ്രബോധനങ്ങളെ മാപ്പിളമാർ ജീവിതാടിസ്ഥാനമാക്കണമെന്ന് ആഹ്വാനം ചെയ്യുകയും ചെയ്തു. ഈ ആശയം അദ്ദേഹം മതഗ്രന്ഥങ്ങളിൽ ക്രോഡീകരിച്ചു. അവ മലബാറിൽ വ്യാപകമായി പ്രചരിപ്പിക്കപ്പെട്ടു. മാപ്പിളമാരുടെ സാമൂഹ്യ ഇടപെടലിന്റെ കാര്യത്തിൽ ഫസൽ തങ്ങൾ ചില ഫത്വകൾ ഇറക്കി. ഇവ പ്രത്യേകിച്ച് ഹിന്ദുക്കളുമായുള്ള ബന്ധത്തെക്കുറിച്ചായിരുന്നു. ഇതിൽ മൂന്നെണ്ണം ഹിന്ദുക്കളിൽ അസംതൃപ്തി വളർത്തുന്നതാണെന്ന് ജില്ലാ കലക്ടർ വിലയിരുത്തി. ഈ ശാസനകളിൽ നായന്മാരെ ‘അങ്ങുന്ന്’ എന്നു തുടങ്ങിയ ബഹുവചനങ്ങളിൽ മുസ്ലീങ്ങൾ വിളിക്കരുതെന്ന് തങ്ങൾ വിലക്കി. ധനിക ഹിന്ദുക്കളുടെ ഉച്ചിഷ്ടം പാവപ്പെട്ട മുസ്ലീങ്ങൾ ഭക്ഷിക്കരുതെന്നും വിലക്കി. വെള്ളിയാഴ്ച ‘മുഹമ്മദൻ സബാത്തി’ൽ പങ്കുകൊള്ളാൻ അന്ന് ഉഴവുപണിക്കു പോകരുതെന്നും തങ്ങൾ അനുശാസിച്ചു.

മതംമാറിവന്ന പിന്നോക്കജാതിക്കാരെ ഉദ്ദേശിച്ചായിരുന്നു ഈ ഫത്വകൾ. അയിത്തത്തിൽ നിന്ന് മോചനംതേടി പിന്നോക്കഹിന്ദുക്കൾ ഇസ്ലാമിലേക്ക് പരിവർത്തനം ചെയ്യുന്നത് ശക്തമായി വരുന്ന സമയമായിരുന്നു അത്. ഈ പരിവർത്തിതർ പുതിയ വിശ്വാസത്തിൻകീഴിലും ജാതി അടിമത്തം തുടരുകയും സാമൂഹ്യസ്വാതന്ത്ര്യം അനുഭവിക്കാതിരിക്കുകയുമായിരുന്നു. സവർണ ഹിന്ദുക്കളോട് പഴയ രീതിയിൽത്തന്നെ അവർക്ക് പെരുമാറേണ്ടിവന്നു. പരമദരിദ്രരായിത്തന്നെ തുടർന്ന ഇവർ ധനികഹിന്ദുഭവനങ്ങളിലെ ഉച്ചിഷ്ടം തേടുന്നത് തുടർന്നു. കർഷകത്തൊഴിൽ ദിനചര്യയാക്കിയ ഇവർ നിശ്ചിതദിവസത്തെ മതസമാജത്തിലേക്ക് ആകർഷിതരാവാതിരിക്കുകയും വെള്ളിയാഴ്ച പ്രാർഥനയിൽ പതിവായി പങ്കെടുക്കാതിരിക്കുകയും ചെയ്തു. സമാനമായ അവസ്ഥ കേരളത്തിലെ ആദ്യകാല പരിവർത്തിത ക്രിസ്ത്യാനികൾക്കും ഉണ്ടായിരുന്നു. ഈ സാഹചര്യത്തിലാണ് സയ്യിദ് ഫസൽ പൂക്കോയ തങ്ങൾ ഫത്വ പുറപ്പെടുവിക്കുന്നത്. പുതിയ പരിവർത്തിതരെ ഇസ്ലാമിന്റെ സമൂഹ്യസ്വഭാവത്തിലേക്ക് ഇണക്കുകയും പുതിയ മതവ്യക്തിത്വം പ്രദാനം ചെയ്യുകയുമാണ് ഫസൽ തങ്ങൾ ഈ ഫത്വകളിലൂടെ ചെയ്തത്. സ്റ്റീഫൻഡേൽ, രഞ്ജിത്ഗുഹ തുടങ്ങിയവർ വാദിക്കുംപോലെ ഈ ഫത്വകൾ മാപ്പിളകലാപമോ മതസ്പർധയോ ഉദ്ദേശിച്ചിരുന്നില്ല. തെളിവായി സ്റ്റീഫൻ ഡേൽ ചൂണ്ടിക്കാട്ടുന്നത് 1843 ലെ കലാപമാണ്. എന്നാൽ ഫസൽ തങ്ങളുടെ ഫത്വകൾ 1852 ലായിരുന്നു.

മമ്പുറം തങ്ങന്മാരും അവരുടെ മതപഠനങ്ങളും മാപ്പിളമാരുടെ മത-സാംസ്കാരിക ജീവിതത്തെ വല്ലാതെ സ്വാധീനിച്ചെന്ന് നിസ്സംശയം പറയാം. അമാനുഷശേഷിയുള്ള ഇവർ അത്ഭുതസിദ്ധികൾ വശ

മുള്ളവരാണെന്ന പൊതുവിശ്വാസം രൂഢമൂലമായിരുന്നു. ഭാവിപ്രവചിക്കുക, മാറാരോഗങ്ങൾ മാറ്റുക, മോഷണവസ്തുക്കൾ കണ്ടെടുക്കുക, വരൾച്ചയിൽ മഴ പെയ്യിക്കുക തുടങ്ങിയ കാര്യങ്ങൾ ഇവർ ചെയ്തുവെന്ന് പ്രചുരപ്രചാരം വന്നു. സയ്യിദ് ഫസൽ പൂക്കോയതങ്ങളെക്കുറിച്ച് ബ്രിട്ടീഷ് ഉദ്യോഗസ്ഥൻ എച്ച് വി കനോലി പറഞ്ഞത് ഇങ്ങനെയാണ്.

> ദിവ്യത്വമുള്ള ആളായാണ് തങ്ങളെ താഴെക്കിടയിലുള്ളവർ കണ്ടത്. അദ്ദേഹത്തിന്റെ കാലിൽ നമസ്കരിക്കുക എന്നത് ഏറ്റവും വലിയ പ്രാർഥനയായി അവർ കരുതി. അദ്ദേഹം നടന്നുപോയ വഴികൾ, കാലടികൾ നിധിതുല്യമായി കരുതി. അദ്ദേഹത്തിന്റെ അമാനുഷികശേഷികളെക്കുറിച്ച് വിസ്മയകഥകൾ പ്രചരിപ്പിക്കപ്പെട്ടു. അദ്ദേഹത്തിന്റെ അനുഗ്രഹം എല്ലാറ്റിലും ഉൽകൃഷ്ടമായി വാഴ്ത്തപ്പെട്ടു.

ഈ സിദ്ധികൾ മരണാനന്തരവും തുടരുമെന്ന് മാപ്പിളമാർ വിശ്വസിച്ചു. സയ്യിദ് അലവി തങ്ങളുടെ ജാറം(ശവകുടീരം) മതസാക്ഷാൽക്കാരത്തിന്റെ പവിത്രസ്ഥാനമായും മതധർമാനുസാരത്തിന്റെ കേന്ദ്രമായും ഉയർത്തപ്പെട്ടു.

സയ്യിദ് സനാ ഉല്ലാ മക്തി തങ്ങളുടെ പ്രവർത്തനം മാപ്പിളമാരുടെ മതപ്രബുദ്ധതക്ക് മറ്റൊരു മാനം നൽകി. 1847ൽ വെളിയങ്കോട്ട് ഒരു പണ്ഡിതകുടുംബത്തിലാണ് അദ്ദേഹം ജനിച്ചത്. ഉമർഖാസിയുടെ ശിഷ്യനും സഹപ്രവർത്തകനുമായിരുന്നു അദ്ദേഹത്തിന്റെ പിതാവ്. പിതാവിൽ നിന്ന് പ്രഥമികവിദ്യാഭ്യാസം നേടിയ മക്തി തങ്ങൾ ചൗഘട്ടിൽ നിന്നാണ് ഉപരിപഠനം നേടിയത്. മലയാളം, അറബി, ഹിന്ദുസ്ഥാനി, ഇംഗ്ലീഷ്, ഉർദു, പേർഷ്യൻ, തമിഴ് എന്നീ ഭാഷകൾ അദ്ദേഹം ഹൃദിസ്ഥമാക്കി. ബ്രിട്ടീഷ് ഗവൺമെന്റ് സർവീസിൽ എക്സൈസ് ഇൻസ്പെക്ടറായി ജോലി ചെയ്യവേ 1882 ൽ രാജിവച്ച് ഇസ്ലാമികപ്രവർത്തനത്തിലേക്കിറങ്ങി. ക്രിസ്ത്യൻ മിഷണറികളെയും അവരുടെ പ്രവർത്തനത്തെയും സന്ധിയില്ലാതെ അദ്ദേഹം വിമർശിച്ചു. ക്രിസ്ത്യൻ മതപ്രചാരണങ്ങൾക്കെതിരെ തുറന്ന സംവാദങ്ങളും തെരുവുയോഗങ്ങളും സംഘടിപ്പിച്ചു. ക്രിസ്തുമത സിദ്ധാന്തങ്ങളെ ചോദ്യം ചെയ്ത് ലഘുലേഖകളുടെ പരമ്പരതന്നെ പുറത്തിറക്കി. ഹിന്ദുക്കളുടെ ധാർമികവും ഭൗതികവുമായ പിന്തുണ ഇക്കാര്യത്തിൽ മക്തി തങ്ങൾക്ക് കൂടിയതോതിൽ കിട്ടിയെന്നത് ജിജ്ഞാസകരമാണ്. *കഠോരകൂടാരം, പാർക്കലീത്ത പോർക്കളം* എന്നീ മലയാള ഗ്രന്ഥങ്ങളിലൂടെ അദ്ദേഹം ക്രിസ്തുമതം ഉന്നത സത്യമാണെന്ന പ്രചാരണത്തെ എതിർത്തു. (*കഠോരകൂടാരം* മലയാളത്തിൽ ഒരു മാപ്പിള എഴുതിയ ആദ്യ ഗ്രന്ഥമാണ്). തന്റെ വാദത്തെ ഖണ്ഡിക്കാൻ ക്രിസ്ത്യൻ മിഷണറിമാരെ തങ്ങൾ വെല്ലുവിളിച്ചു. ഇതിനായി 500 രൂപ പാരിതോഷികം പ്രഖ്യാപിച്ചു. എന്നാൽ ആരും

വെല്ലുവിളി ഏറ്റെടുത്തില്ല. തന്നിലുള്ള അനുയായികളുടെ വിശ്വാസം ദൃഢമാക്കാൻ ഇത് ഉപകരിച്ചു. ക്രിസ്ത്യൻ മിഷണറിമാരിൽ നിന്ന് ഇസ്ലാമിനെ പ്രതിരോധിച്ചുകൊണ്ടുള്ള മക്തി തങ്ങളുടെ പ്രവർത്തനം മാപ്പിളമാരുടെ മതഏകീകരണത്തിന് വലിയ സംഭാവന നൽകി.

മക്തി തങ്ങൾ ഒരു യാഥാസ്ഥിതിക മുസ്ലീമായിരുന്നില്ല, പരിഷ്കരണവാദിയായിരുന്നു. യാഥാസ്ഥിതികരുമായി പലപ്പോഴും അദ്ദേഹത്തിന് ഏറ്റുമുട്ടേണ്ടിവന്നു. പെൺകുട്ടികളെ വിദ്യാഭ്യാസം ചെയ്യിക്കണമെന്ന് അദ്ദേഹം ആഹ്വാനം ചെയ്തു. ഇംഗ്ലീഷും മലയാളവും പഠിക്കാനുള്ള മാപ്പിളമാരുടെ വിരക്തിയെ തങ്ങൾ അപലപിച്ചു. (ഇംഗ്ലീഷിനെ നരകഭാഷയായി മാപ്പിളമാർ കണക്കാക്കിയ കാലമായിരുന്നു അത്). അറബിമലയാളത്തെ പരിഷ്കരിക്കുകയും ലളിതവൽക്കരിക്കുകയും ചെയ്തു. പരിഷ്കരിച്ച ലിഖിതങ്ങൾ പ്രചാരത്തിലാക്കാൻ *മുഅല്ലി-ഉൽ-ഇഖ്വാൻ* എന്ന ഗ്രന്ഥം മക്തി തങ്ങൾ രചിച്ചു.

മലബാറിലെ മുസ്ലീം സമുദായത്തിന്റെ വളർച്ചക്ക് തടസം നിന്ന പല മുൻവിധികളെയും തകർത്തെറിയുക എന്നതായിരുന്നു മക്തി തങ്ങളുടെ പ്രവർത്തനഫലം. പ്രദേശത്തിന്റെ സാംസ്കാരിക പശ്ചാത്തലം മനസിലാക്കി മതസാഹചര്യങ്ങൾ തിരിച്ചറിഞ്ഞുകൊണ്ടാണ് അദ്ദേഹം ഈ പ്രവർത്തനം നടത്തിയത്. അദ്ദേഹത്തിന്റെ ചില വാദങ്ങൾ അസംസ്കൃതവും അവ്യക്തവുമായി തോന്നുമെങ്കിലും 19-ാം നൂറ്റാണ്ടിലെ ഇന്ത്യയിലെ സാംസ്കാരിക പ്രതിരോധത്തിന്റെ പുനരുജ്ജീവനത്തിന്റെയും പരിസരത്തിലാണ് ഇവ വേരൂന്നുന്നത്.

ഈ നാല് മുൻനിരക്കാർക്കു പുറമെ മാപ്പിളമാരുടെ ആശയലോകം സൃഷ്ടിക്കുന്നതിൽ പങ്കു വഹിച്ച മതബുദ്ധിജീവികൾ നിരവധിയുണ്ട്. ഔക്കായമുസ്ല്യാർ, സയ്യിദ് ഹസ്സൻ തങ്ങൾ, ബുഖാരിതങ്ങൾ, മായൻകുട്ടി എളയ എന്നിവർ ഇവരിൽ ചിലരാണ്. മതസിദ്ധാന്തങ്ങൾ വ്യാഖ്യാനിക്കുകയും വിശദീകരിക്കുകയും പ്രചരിപ്പിക്കുകയും ചെയ്ത ഇവർ മതചടങ്ങുകളെ ക്രമീകരിക്കുകയും പള്ളികളുടെ ശൃംഖലയിലൂടെ അതിനെ സ്ഥാപനവൽക്കരിക്കുകയും ചെയ്തു. മത-സാമൂഹ്യ മേഖലകളിലുള്ള ഇവരുടെ ഇടപെടലും ദൈവിക പ്രതിഛായയും മതവിശ്വാസവും അന്ധവിശ്വാസവും ചേർന്നുള്ള ജനപ്രിയ സംസ്കാരം വളർത്തി. മാപ്പിള മുന്നേറ്റങ്ങളിലെ മതസ്വാധീനം, പരമ്പരാഗത ബുദ്ധിജീവികൾ വളർത്തുകയും പ്രതിനിധീകരിക്കുകയും ചെയ്ത ഈ സാംസ്കാരിക മണ്ഡലത്തിൽ നിന്നാണ് ഉരുത്തിരിയുന്നത്. ഈ വീക്ഷണത്തിൽ, ഉലമാക്കളും മറ്റ് പരമ്പരാഗത ബുദ്ധിജീവികളും മാപ്പിളമുന്നേറ്റത്തിലെ നിർണായക ഘടകങ്ങളായിരുന്നുവെന്ന് കാണാം.

മമ്പുറം തങ്ങന്മാരുടെ കാലവും അകാലവും

ഡോ. എം ഗംഗാധരൻ

കേരളത്തിൽ മുസ്ലീം സമുദായം രൂപംകൊണ്ടത് സമുദ്രാന്തര വ്യാപാരവുമായി ബന്ധപ്പെട്ട് തീരദേശത്ത് താമസമാക്കിയിരുന്ന വിദേശീയ മുസ്ലീങ്ങൾ ഇന്നാട്ടിലെ സ്ത്രീകളെ സ്വീകരിച്ച് കുടുംബജീവിതം നയിച്ചു തുടങ്ങിയതിന്റെ ഭാഗമായിട്ടാണ്.

> അവിശ്വാസികൾക്ക് എന്തെങ്കിലും അനിഷ്ടമുണ്ടായാൽ മൂർ (മുസ്ലീം) ആവുന്നു. മൂറുകൾ അവരെ വളരെയേറെ ബഹുമാനിക്കുന്നു. അത് സ്ത്രീയാണെങ്കിൽ അവരെ വിവാഹം കഴിക്കുന്നു..... അവർ പുലർത്താനാവുന്നത്ര പേരെ വിവാഹം കഴിക്കും, കീഴ്ജാതിക്കാരിൽ പലരെയും വെപ്പാട്ടികളായി വെക്കും. അവർക്കുണ്ടാവുന്ന ആൺമക്കളെയും പെൺമക്കളെയും മുസ്ലീങ്ങളാക്കും, പലപ്പോഴും അമ്മയെയും മുസ്ലീമാക്കുന്നു (ദുവർത്തെ ബാർബോസ, 16-ാം നൂറ്റാണ്ടിന്റെ രണ്ടാം ദശകത്തിലെഴുതിയത്).

സമുദായത്തിന്റെ ഈ വളർച്ചയിൽ മതപ്രചാരണത്തിന് ഏറെ പങ്കുണ്ടായിരുന്നില്ല. ഏതാണ്ട് 17-ാം നൂറ്റാണ്ടവസാനം വരെ മുസ്ലീം സമുദായം തീരദേശ കച്ചവടകേന്ദ്രങ്ങളിലും അവിടേക്കൊഴുകുന്ന ചില പുഴകളുടെ തീരങ്ങളിലും ഒതുങ്ങിനിന്നു.

എന്നാൽ വടക്കൻ കേരളത്തിന്റെ ഉൾനാടുകളിൽ ഇസ്ലാം പരന്നത് മതപ്രചാരണത്തിലൂടെയാണ്. അറേബ്യയുടെ തെക്കുവശത്തുള്ള യെമനിൽ നിന്ന് ഇസ്ലാം മതപ്രചാരണത്തിനായി പലരും പൂർവേഷ്യ വരെ എത്തിയിരുന്നു. കച്ചവടക്കാർക്കൊപ്പം സഞ്ചരിച്ച ഇവരാണ് മലേഷ്യയിലും ഇന്തോനേഷ്യൻ ദ്വീപുകളിലും 14-15 നൂറ്റാണ്ടുകളിൽ ഇസ്ലാം മതം

പ്രചരിപ്പിച്ചത്. അത്തരത്തിലുള്ള ഇസ്ലാമിക മിഷണറിമാർ 18-ാം നൂറ്റാണ്ടിന്റെ ആദ്യദശകങ്ങളിൽ വടക്കൻ കേരളത്തിലെത്തിയിരുന്നു. യെമനിലുള്ള ഹളർമൗത്ത് പ്രദേശത്തെ തരിം പട്ടണത്തിൽ ജനിച്ചു വളർന്ന സയ്യിദ് ശൈഖ് ജിഫ്രി 1746-ൽ(20-ാം വയസിൽ) കോഴിക്കോട്ടെത്തി. പാരമ്പര്യമുള്ള മതപണ്ഡിതനായി അപ്പോഴേക്കുതന്നെ അറിയപ്പെട്ടിരുന്നതിനാൽ അദ്ദേഹത്തെ കോഴിക്കോട് ഖാസിയും കൂട്ടരും ആദരവോടെ സ്വീകരിച്ചു. എല്ലാ മതപ്രചാരകരും ചെയ്യുന്നതുപോലെ താൻ എത്തിയ നാട്ടിലെ മലയാളഭാഷ അദ്ദേഹം കുറച്ചുകാലംകൊണ്ട് പഠിച്ചു. സാമൂതിരിപ്പാട് ആദരിച്ച് അനുവദിച്ച കുറ്റിച്ചിറയിലെ ഭൂമിയിൽ പണിത 'മാളിയയ്ക്കൽ' വീട്ടിൽ താമസമാക്കിയ സയ്യിദ് ജിഫ്രി അന്നത്തെ കേരളത്തിലെ മുസ്ലീം കേന്ദ്രങ്ങളിൽ സഞ്ചരിച്ച് മതപ്രബോധനം നടത്തി. അദ്ദേഹം ആദരണീയ മതനേതാവായി അംഗീകരിക്കപ്പെട്ടു.

സയ്യിദ് ശൈഖ് ജിഫ്രിയുടെ പിതൃ സഹോദരന്റെ പുത്രൻ ശൈഖ് ഹസൻ ജിഫ്രി 1754 ൽ കോഴിക്കോട്ടെത്തുകയും സയ്യിദ് ശൈഖ് ജിഫ്രിയോടൊപ്പം കുറച്ചുകാലം താമസിച്ച ശേഷം തിരൂരങ്ങാടിക്കടുത്തുള്ള മമ്പുറത്ത് താമസമാക്കുകയും ചെയ്തു. അതിനുമുമ്പുതന്നെ തിരൂരങ്ങാടി കേന്ദ്രമാക്കി കിഴക്കൻ ഭാഗങ്ങളിൽ ഇസ്ലാംമത പ്രചാരണം നടന്നിരുന്നു എന്നതിന് ചില തെളിവുകളുണ്ട്. ഇത് ഹിന്ദുമേധാവികളുമായി സംഘട്ടനങ്ങൾക്ക് കാരണമായെന്നു കരുതണം. തീരദേശത്തെ മുസ്ലീം കടൽ വ്യാപാരികളുമായി രാജാക്കന്മാർക്കും മറ്റും ഉണ്ടായിരുന്ന പരസ്പരാശ്രിതാവസ്ഥ ഉൾനാട്ടിലില്ലായിരുന്നല്ലോ. ഇംഗ്ലീഷ് ഈസ്റ്റ് ഇന്ത്യാ കമ്പനി തലശ്ശേരിയിൽ 1683 ൽ സ്ഥാപിച്ച ഫാക്ടറിയിലെ രേഖകൾ 18-ാം നൂറ്റാണ്ടിന്റെ മധ്യത്തിൽ നടന്ന ചില സംഘട്ടനങ്ങളെക്കുറിച്ച് സൂചന നൽകുന്നുണ്ട്. തിരൂരങ്ങാടിയിൽ ശക്തിപ്പെട്ടുവളരുന്ന മാപ്പിള സമൂഹത്തെ ഒതുക്കാൻ മാഹിയിലെ ഫ്രഞ്ചുകാരോടും തലശ്ശേരിയിലെ ഇംഗ്ലീഷുകാരോടും സാമൂതിരിയുടെ ആൾക്കാർ സഹായം അഭ്യർഥിച്ചിരുന്നു. ഇത് തിരൂരങ്ങാടിയിലെ മാപ്പിളമാർക്കിടയിൽ പാശ്ചാത്യ വിരോധം വളരുന്നതിന് കാരണമായിരിക്കാം. സാമൂതിരിയുടെ നായന്മാർ തിരൂരങ്ങാടിയിലെ പള്ളി പിടിക്കാൻ 1745 ൽ നടത്തിയ ശ്രമങ്ങൾ പരാജയപ്പെട്ടു. 1746 ൽ സാമൂതിരി തിരൂരങ്ങാടിയിലെ മാപ്പിളമാരെ ഒതുക്കാൻ ഇംഗ്ലീഷുകാരുടെ സഹായം ആവശ്യപ്പെട്ടുവെങ്കിലും ആഘട്ടത്തിൽ തലശേരി ഇംഗ്ലീഷ് ഫാക്ടറിയിലെ ആൾക്കാർ അതിൽ വലിയ താൽപ്പര്യമെടുത്തില്ലെന്നാണ് സൂചന. വെടിമരുന്നുകൊണ്ട് തിരൂരങ്ങാടി പള്ളി പൊളിക്കാനുള്ള ആലോചനകൾ നടത്തിയ പ്ലാറ്റ് എന്നു പേരുള്ള ഒരു ഇംഗ്ലീഷുകാരൻ സാമൂതിരി കൊട്ടാരത്തിൽ നിന്നു പുറത്തിറങ്ങിയതോടെ കൊല്ലപ്പെട്ടിരുന്നു. ഇതോടെ തിരൂരങ്ങാടിക്കെതിരെയുള്ള സാമൂതിരിയുടെ നീക്കങ്ങൾ നിർത്തിവെച്ചതായി കരുതണം.

ഈ സംഘർഷങ്ങളുടെ സാഹചരം ഉള്ളപ്പോഴാണ് ശൈഖ് ഹസൻ

ജിഫ്രി തിരൂരങ്ങാടിയിലെത്തിയതും മമ്പുറത്ത് താമസമാക്കിയതും. അദ്ദേഹം ഇംഗ്ലീഷുകാരെ നേരിടാൻ ഉറച്ച നേതൃത്വവും ആയുധ സജ്ജീകരണവും ആവശ്യമാണെന്നും ചെറിയ സംഘട്ടനങ്ങൾകൊണ്ട് പ്രയോജനമില്ലെന്നും തിരൂരങ്ങാടിയിലെ മാപ്പിള സമൂഹത്തെ ബോധ്യപ്പെടുത്തി. ഉൾനാടുകളിലേക്ക് മത പ്രബോധനത്തിന് പലരെയും അയച്ചും തനിക്ക് കിട്ടിയ സംഭാവനകൾ പാവങ്ങൾക്കിടയിൽ ദാനം ചെയ്തും ശൈഖ് ഹസൻ ജിഫ്രി സമുദായത്തിൽ ആദരണീയ സ്ഥാനം നേടി. 1764 ൽ മരിക്കുന്നതിനു മുൻപ് ഒരേയൊരു മകൾ ഫാത്തിമയെ തന്റെ സഹോദരിയുടെ മകൻ സയ്യിദ് അലവിക്ക് വിവാഹം ചെയ്തു കൊടുക്കണമെന്ന് ഹസൻ ജിഫ്രി പറഞ്ഞുവെച്ചിരുന്നു. ആ മരുമകൻ 1769 ലാണ് കോഴിക്കോട്ടെത്തിയത്. അദ്ദേഹത്തെ കോഴിക്കോട്ടുണ്ടായിരുന്ന സയ്യിദ് ശൈഖ് ജിഫ്രി സ്വീകരിക്കുകയും പിറ്റേന്നു തന്നെ മമ്പുറത്തെത്തിക്കുകയും ചെയ്തു.

ശൈഖ് ഹസൻ ജിഫ്രിയുടെ ഇഷ്ടാനുസരണം അദ്ദേഹത്തിന്റെ മകൾ ഫാത്തിമയെ സയ്യിദ് അലവി വിവാഹം കഴിച്ചു. മതനിഷ്ഠകൊണ്ടും ദാനശീലംകൊണ്ടും ജനസ്വാധീനം നേടിയ സയ്യിദ് അലവി മമ്പുറം തങ്ങളായി പരക്കെ അറിയപ്പെട്ടു. ഉൾനാടുകളിൽ നിരവധി പള്ളികൾ പണിയാൻ അദ്ദേഹം നേതൃത്വം നൽകി. ഫാത്തിമയുടെ മരണശേഷം കൊയിലാണ്ടിയിലെ സയ്യിദ് അബൂബക്കർ മദനിയുടെ പുത്രി ഫാത്തിമയെ തങ്ങൾ വിവാഹം ചെയ്തു. അവർക്ക് 1824 ൽ ജനിച്ച പുത്രനാണ് പിന്നീട് പ്രസിദ്ധനായിത്തീർന്ന സയ്യിദ് ഫസൽ പൂക്കോയ തങ്ങൾ.

അലവി തങ്ങളുടെ ജീവിതകാലത്ത് (1752-1844) കാൽനൂറ്റാണ്ടിലേറെ (1766-1792) വടക്കൻ കേരളം ഹൈദരാലിയുടെയും (1766-1782) ടിപ്പു സുൽത്താന്റെയും (1782-1792) കീഴിലായിരുന്നു. മൈസൂർ സുൽത്താന്മാരുമായി കോഴിക്കോട്ടെ സയ്യിദ് ജിഫ്രി നല്ല ബന്ധം പുലർത്തിപ്പോന്നു. ടിപ്പുസുൽത്താൻ കുറ്റിച്ചിറയിലെ മാളിയേക്കൽ വീട് സന്ദർശിച്ച് സയ്യിദ് ജിഫ്രിയുടെ അനുഗ്രഹങ്ങൾ തേടിയിട്ടുണ്ട്. പക്ഷേ, മൈസൂർ അധിപന്മാരുമായുള്ള തിരൂരങ്ങാടിയുടെ ബന്ധം വ്യക്തമല്ല. എന്നാൽ മൈസൂർ സൈന്യങ്ങളുമായി ഇംഗ്ലീഷുകാർ നടത്തിയ രണ്ടു വലിയ യുദ്ധങ്ങൾ (1782 ലും 1790 ലും) തിരൂരങ്ങാടിയിൽ വെച്ചാണ് നടന്നത് എന്ന കാര്യം ശ്രദ്ധേയമാണ്. രണ്ടുയുദ്ധത്തിലും മൈസൂർ സൈന്യങ്ങളോടൊപ്പം തിരൂരങ്ങാടിയിലെ മാപ്പിളമാരും പങ്കെടുത്തിരുന്നു. രണ്ടിലും ഇംഗ്ലീഷുകാർ ജയിച്ചുവെങ്കിലും ഇംഗ്ലീഷുകാരോട് തീവ്രമായ വിരോധം തിരൂരങ്ങാടിയിൽ നിലനിൽക്കാൻ ഇതുകാരണമായെന്നു കരുതാം. മമ്പുറത്തെ അലവി തങ്ങളെ ഇംഗ്ലീഷ് വിരോധികൾ ആത്മീയനേതാവായി കണ്ടിരുന്നു. 1792 ൽ വടക്കൻ കേരളം (ബ്രിട്ടീഷ് മലബാർ) ടിപ്പുസുൽത്താനിൽ നിന്ന് ഇംഗ്ലീഷ് കമ്പനിക്കു ലഭിച്ചതിനുശേഷം തങ്ങളും കൂട്ടുകാരും ഇംഗ്ലീഷ് ഭരണത്തോട് ശത്രുത പുലർത്തുന്നുണ്ടെന്ന് ബ്രിട്ടീഷു

ദ്യോഗസ്ഥന്മാർ മനസിലാക്കി. ടിപ്പുസുൽത്താന്റെ കാലത്ത് ഭൂസ്വത്തുക്കൾ നേടിയിരുന്ന മഞ്ചേരി അത്തൻ ഗുരുക്കളുടെ ഒരു മകൻ 1817 ൽ ആ സ്വത്തുകൾ ഇംഗ്ലീഷുകാരിൽ നിന്നു തിരിച്ചുപിടിക്കാൻ നൂറുകണക്കിന് മാപ്പിളമാരോടൊപ്പം ഒരു പട നയിച്ചിരുന്നു. ഇതിന് മമ്പുറത്തെ അലവി തങ്ങൾ പ്രോത്സാഹനം നൽകിയതായി ഇംഗ്ലീഷ് കമ്പനി കണ്ടെത്തി. കമ്പനിയുടെ ഭരണകാലത്ത് കുടിയാന്മാരെ ഭൂമിയിൽ നിന്നൊഴിപ്പിക്കാനും മറ്റും മുൻപില്ലാതിരുന്ന അധികാരാവകാശങ്ങൾ ജന്മിമാർക്ക് നൽകിയതുമൂലം ഭൂമിയുമായി ബന്ധപ്പെട്ട കലാപങ്ങൾക്കൊരുങ്ങിയ മാപ്പിളമാർ വധിക്കപ്പെട്ടത് അലവി തങ്ങളെ അസ്വസ്ഥനാക്കി. 1841 ൽ തിരൂരങ്ങാടിക്കു സമീപമുള്ള മുട്ടിയറയിൽ നടന്ന കലാപത്തിൽ തങ്ങളെ പിന്തുണച്ചിരുന്ന 11 മാപ്പിളമാർ കൊല്ലപ്പെട്ടു. ഇത് അലവി തങ്ങളുടെ ഇംഗ്ലീഷ് വിരോധം പൂർവാധികം തീവ്രമാക്കി. ഈ അവസരത്തിലാണ് "ബ്രിട്ടീഷ് ഭരണം അവസാനിപ്പിക്കുന്നതുവരെ ഓരോ ഇന്ത്യക്കാരനും പടപൊരുതണം" എന്ന് സമർഥിക്കുന്ന *സൈബുൾ ബത്താർ* എന്ന അറബി പുസ്തകം അലവി തങ്ങൾ രചിച്ചത്. (ഈ പുസ്തകം വാസ്തവത്തിൽ അലവി തങ്ങളുടെ പുത്രൻ സയ്യിദ് ഫസൽ രചിച്ചതാണ്. എന്നൊരഭിപ്രായമുണ്ട്. ഗ്രന്ഥം അറബി ഭാഷയിൽ രചിച്ചത് അന്ന് അറേബ്യ അടക്കം പല മധ്യേഷൻ രാജ്യങ്ങളും ഉൾക്കൊള്ളുന്ന സാമ്രാജ്യത്തിന് അധിപനായിരുന്ന തുർക്കി സുൽത്താൻ ബ്രിട്ടീഷുകാർക്കെതിരായ മലബാറിലെ മുസ്ലീങ്ങളെ സഹായിക്കണമെന്ന ഉദ്ദേശ്യത്തോടെയാണെന്ന് സംശയിക്കണം. പോർത്തുഗീസുകാർ കേരളതീരത്തെത്തി മുസ്ലീങ്ങളെ ദ്രോഹിച്ചകാലത്ത് പൊന്നാനിയിലെ ശൈഖ് സൈനുദ്ദീൻ മലബാറിലെ മുസ്ലീങ്ങളെ പോർത്തുഗീസുകാരിൽ നിന്ന് രക്ഷിക്കാൻ 16-ാം നൂറ്റാണ്ടിന്റെ രണ്ടാം പാതിയിൽ ശക്തനായിരുന്ന ബീജാപ്പൂർ സുൽത്താൻ അലി അദിൽ ഷായോടും മറ്റു മുസ്ലീം രാജാക്കന്മാരോടും അഭ്യർഥിക്കുന്ന *തുഹ്ഫത്തുൽ മുദാഹുദീൻ* എന്ന ഗ്രന്ഥം അറബി ഭാഷയിൽ രചിച്ചിരുന്നു എന്ന് ഓർക്കാവുന്നതാണ്.) തിരൂരങ്ങാടിയിലെ അധികാരിയായിരുന്ന കപ്രാട്ട് കൃഷ്ണപ്പണിക്കരെ 1843 ൽ മതവിശ്വാസവുമായി ബന്ധപ്പെട്ട ഒരു സംഘർഷത്തിനിടയിൽ വധിച്ചതിന് ചേറൂർവെച്ച് പട്ടാളക്കാർ വെടിവെച്ചുകൊന്ന 7 മാപ്പിളമാരെ അലവി തങ്ങൾ പിന്തുണച്ചതായി ഇംഗ്ലീഷ് ഉദ്യോഗസ്ഥർ സംശയിച്ചിരുന്നു.

1844 ൽ അലവി തങ്ങൾ നിര്യാതനായപ്പോഴേക്കും അദ്ദേഹത്തിന്റെ പുത്രൻ സയ്യിദ് ഫസൽ പൂക്കോയ തങ്ങൾ ആദരണീയനായ മതപണ്ഡിതനായി വളർന്നിരുന്നു. ബ്രിട്ടീഷ് വിരുദ്ധ നിലപാട് അദ്ദേഹവും സ്വീകരിച്ചതായി കരുതണം. 1836 മുതൽ ഭൂമി ഒഴിപ്പിക്കുന്ന ജന്മിമാർക്കെതിരെ തുടർച്ചയായി നടന്നിരുന്ന മാപ്പിളമാരുടെ ആത്മാഹൂതിക്കൊരുങ്ങിയുള്ള കലാപങ്ങൾക്ക് ഫസൽ തങ്ങൾ പ്രേരണ നൽകുന്നുണ്ടെന്ന് കളക്ടർ എച്ച് വി കൊണോലി (1840 – 1855) സംശയിക്കുകയും അതു തടയാനു

ത്സാഹിക്കുകയും ചെയ്തു. പക്ഷേ തങ്ങൾക്കെതിരെ നടപടിയെടുക്കുന്നത് വലിയ തോതിലുള്ള കലാപത്തിനു കാരണമാകുമെന്നു കളക്ടർ കരുതി. “തങ്ങൾ എല്ലാവിധത്തിലും അപകടകാരിയാണ്. പൊലീസുകാർ തങ്ങൾക്കെതിരെ നിസ്സഹായരാണ്. അദ്ദേഹം സാമ്രാജ്യത്തിനുള്ളിലെ സാമ്രാജ്യമാണ് (Imperium in imperio)എന്നതിൽ ഒട്ടും സംശയമില്ല” എന്നൊക്കെ കളക്ടർ കൊണോലി മദ്രാസ് ഗവൺമെന്റ് സെക്രട്ടറിക്ക് 1852 ജനുവരി 29ന് അയച്ച കത്തിൽ പറയുന്നുണ്ട്. ആ വർഷം ജനുവരി നാലാം തീയതി വടക്കെ മലബാറിലെ മട്ടന്നൂരിൽ 12 നമ്പൂതിരിമാരടക്കം 19 പേർ മാപ്പിളമാരാൽ കൊല്ലപ്പെട്ട സംഭവമാണ് തങ്ങൾക്കെതിരെ നടപടി ഉടനെ വേണമെന്ന് ബ്രിട്ടീഷധികാരികൾക്ക് തോന്നാൻ കാരണമായത്. ആ കലാപത്തിന് മുമ്പ് മാപ്പിളമാർ ഫസൽ തങ്ങളെ ചെന്നുകണ്ട് അനുഗ്രഹം വാങ്ങിയിരുന്നുവെന്ന് കളക്ടർ അന്വേഷിച്ചറിഞ്ഞിരുന്നു. ഫസൽ തങ്ങൾ സമുദായത്തിലുള്ള പാവപ്പെട്ടവരുടെ ആത്മവിശ്വാസം വളർത്തുന്ന ചില ഉപദേശങ്ങൾ നൽകിയതിനെക്കുറിച്ച് ഉദ്യോഗസ്ഥന്മാർ അറിഞ്ഞിരുന്നു. മേൽജാതിക്കാരായ ഭൂവുടമകളുടെ എച്ചിൽ ഭക്ഷിക്കരുതെന്നും ഇങ്ങോട്ട് ‘നീ’ എന്നു വിളിക്കുന്നവരെ ‘നീ’ എന്നുതന്നെ തിരിച്ചുവിളിക്കാമെന്നും, പുണ്യദിവസമായ വെള്ളിയാഴ്ച പണിക്കുപോവരുതെന്നും മറ്റുമാണ് തങ്ങൾ അനുയായികളെ ഉദ്ബോധിപ്പിച്ചത്. അതോടൊപ്പം ഒഴിപ്പിക്കുന്ന ജന്മിയെ വധിക്കുന്നതിൽ തെറ്റില്ല എന്നുകൂടി തങ്ങൾ പറഞ്ഞത് ബ്രിട്ടീഷധികാരികൾക്ക് പൊറുപ്പിക്കാനായില്ല. ഈയൊരു നിലപാട് തിരുത്തിയാൽ തങ്ങൾക്കെതിരെ നടപടി എടുക്കുകയില്ല എന്ന് ഉദ്യോഗസ്ഥന്മാർ തങ്ങളെ അറിയിച്ചിരുന്നു എന്നും അതിൽ അദ്ദേഹം വഴങ്ങിയില്ല എന്നും വില്യം ലോഗൻ പിന്നീട് രേഖപ്പെടുത്തിയിട്ടുണ്ട്.

ഫസൽ തങ്ങൾക്കെതിരായുള്ള ഏതു നീക്കവും ശക്തിയിൽ ചെറുക്കപ്പെടുമെന്നും അതിനെ നേരിടാൻ കണ്ണൂരിലെ മാത്രമല്ല ബാംഗ്ലൂരിലെയും മദിരാശിയിലെയും പട്ടാളത്തെ ഉപയോഗിക്കേണ്ടിവരുമെന്നും കളക്ടർ കൊണോലി മേലുദ്യോഗസ്ഥന്മാരെ അറിയിക്കുന്നുണ്ട്. താൻ തിരൂരങ്ങാടിയിൽ തുടരുന്നത് തന്റെ ആൾക്കാർക്കോ മതത്തിനോ ദോഷം ചെയ്യുമെന്നറിഞ്ഞാൽ പുറത്തു പോവാൻ ഫസൽ തങ്ങൾ സന്നദ്ധനാവുമെന്നും കളക്ടർ മനസിലാക്കിയിരുന്നു. (1852 ഫെബ്രുവരി ആദ്യത്തിലൊരു ദിവസം പതിനായിരത്തിലേറെ ആയുധധാരികളായ മാപ്പിളമാർ തിരൂരങ്ങാടി ജുമാഅത്ത് പള്ളിയിൽ വെച്ച് ഫസൽ തങ്ങളെ കണ്ടു സംസാരിച്ചതായി കളക്ടർ റിപ്പോർട്ടു ചെയ്യുന്നുണ്ട്.) പണക്കാരായ മുസൽമാൻമാർ (better orders of Musalmen) തങ്ങളെ നാടുകടത്തുന്നതിൽ വിരോധമില്ലാത്തവരായിരിക്കും എന്നും കളക്ടർ കൊണോലി ഗവൺമെന്റിനെ അറിയിച്ചിരുന്നു. അവസാനം ദൂതന്മാർ മുഖേനയുള്ള സന്ധിസംഭാഷണമാണ് സ്വമേധയാ നാടുവിടാൻ ഫസൽ തങ്ങളെ പ്രേരി

പ്പിച്ചതെന്ന് കരുതണം. താൻ സ്ഥലം വിട്ടില്ലെങ്കിൽ നിരവധി അനുയായികൾ വധിക്കപ്പെടുകയും ബലം പ്രയോഗിച്ച് ഒതുക്കപ്പെടുകയും ചെയ്യുമെന്ന് ബോധ്യംവന്നതുകൊണ്ടാവണം അറേബ്യയിലേക്ക് പോകാൻ അദ്ദേഹം സമ്മതിച്ചത്.

1852 മാർച്ച് 19ന് അമ്മാമന്മാർ, അളിയന്മാർ, മക്കൾ, സഹോദരി, പരിചാരകർ എന്നിങ്ങനെ 57 പേരോടുകൂടി ഫസൽ തങ്ങൾ പരപ്പനങ്ങാടിയിൽ നിന്ന് വള്ളം വഴി പ്രത്യേകം ഒരുക്കിയിരുന്ന കപ്പലിൽ കയറി അറേബ്യയിലേക്കു യാത്രയായി. സ്വദേശമായ ഫളർമനത്തിലെത്തിയ ശേഷം അദ്ദേഹം ഈജിപ്തിലെ ഭരണാധികാരിയെയും അന്ന് തുർക്കി സാമ്രാജ്യത്തിന്റെ തലസ്ഥാനമായിരുന്ന കോൺസ്റ്റാന്റിനോപ്പിളിലെ (ഇന്നത്തെ ഇസ്താംബൂൾ) ഖലീഫയെയും സന്ദർശിച്ചു. ഖലീഫയുടെ സഹായത്തോടെ മലബാറിലേക്ക് തിരിച്ചുവരാൻ സയ്യിദ് ഫസൽ 1853 ജൂണിൽ ഒരു ശ്രമം നടത്തിയത് ജിദ്ദയിലെയും ഏദനിലെയും ബ്രിട്ടീഷ് പ്രതിനിധികൾ ഇടപെട്ട് തടഞ്ഞു. പിന്നെ അദ്ദേഹം മെക്കയിലെത്തി പതിനഞ്ചു വർഷത്തിലേറെക്കാലം വിശുദ്ധ ഹറമിൽ താമസിച്ചശേഷം ഖലീഫയെ വീണ്ടും സന്ദർശിച്ചപ്പോൾ യമനിലെ സഫർ പ്രദേശത്തെ ഗവർണർ, ഖലീഫയുടെ ഭരണോപദേഷ്ടാവ് എന്നീ ഉന്നത പദവികളിൽ നിയമിതനായി. 1901 ൽ സയ്യിദ് ഫസ്ൽ കോൺസ്റ്റാന്റിനോപ്പിളിൽ വെച്ച് നിര്യാതനായി. ഖലീഫമാർ അദ്ദേഹത്തിന്റെ മക്കൾക്ക് പെൻഷൻ നൽകിയിരുന്നു. പക്ഷേ ഒന്നാം ലോകയുദ്ധത്തിനുശേഷം തുർക്കി സാമ്രാജ്യം തകർന്നതോടെ അവരെല്ലാം വിഷമത്തിലായി. പിന്നീട് മധ്യേഷ്യയിലെ പല രാജ്യങ്ങളിലും അവരും സന്തതികളും കഴിഞ്ഞിരുന്നതായാണ് അറിവ്.

സയ്യിദ് ഫസലിനെ നാടുകടത്തിയതുകൊണ്ടു മാത്രം മാപ്പിള കലാപങ്ങൾക്കറുതി വന്നില്ല. 1852 ആഗസ്റ്റിൽ കുറുമ്പ്രനാട് താലൂക്കിലും 1853 സെപ്തംബറിൽ അങ്ങാടിപ്പുറത്തും ഓരോ നമ്പൂതിരിമാർ കൊല്ലപ്പെട്ടു. 1854 ൽ ഇത്തരം കലാപങ്ങൾ ഒതുക്കാനായി ചില നിയമങ്ങൾ നടപ്പിൽ വന്നതനുസരിച്ച് 1855 ആദ്യമായപ്പോഴേക്കും 7561 വലിയ കത്തികൾ (മലപ്പുറം കത്തി?) മാപ്പിളമാരിൽ നിന്ന് കളക്ടർ കൊണോലിയുടെ മേൽനോട്ടത്തിൽ പിടിച്ചെടുത്തിരുന്നു. പക്ഷേ, 1855 സെപ്തംബർ 12ന് കളക്ടർ കൊണോലിയെ അദ്ദേഹത്തിന്റെ വീട്ടിൽവെച്ച് മൂന്നു മാപ്പിളമാർ വെട്ടിക്കൊന്നു. സയ്യിദ് ഫസലിനെ നാടുകടത്തിയതിന് പ്രതികാരമായിട്ടാണ് ഇത് നടന്നതെന്ന് കരുതപ്പെടുന്നു. ഇതിലേർപ്പെട്ട മൂന്നുപേരെയും എടവണ്ണപ്പാറയ്ക്ക് സമീപം വെച്ചു പൊലീസുകാരും പട്ടാളക്കാരും ചേർന്ന് വെടിവെച്ച് വീഴ്ത്തി. (കൊണോലി വധത്തിന് സഹായിച്ചവരെന്നും കൂട്ടുനിന്നവരെന്നും ബ്രിട്ടീഷുദ്യോഗസ്ഥർ കണ്ടെത്തിയ മാപ്പിളമാരിൽ നിന്ന് പിഴയായി പിരിച്ചെടുത്ത 38, 331 ക 8 ണയിൽ നിന്ന് 30936 ക 13 ണ 10 പൈ. കൊണോലിയുടെ വിധവയ്ക്ക് നൽകുകയുണ്ടായി) ഇതുകൊണ്ടും

കലാപങ്ങൾ നിലച്ചില്ല. 1864 ൽ വീണ്ടും ആരംഭിച്ച കലാപങ്ങൾ പത്തൊമ്പതാം നൂറ്റാണ്ടിന്റെ അവസാനമായപ്പോഴേക്കും വളരെയേറെ ശക്തിപ്പെട്ടിരുന്നു.

സയ്യിദ് ഫസൽ മലബാർ വിട്ടപ്പോൾ മമ്പുറം സ്വത്തിന്റെ മേൽനോട്ടം വഹിക്കാൻ തങ്ങളുടെ ഇളയ സഹോദരി ശരീഫാ കുഞ്ഞീബിയുടെ ഭർത്താവ് സയ്യിദ് അലവി ജിഫ്രി എന്ന പുതിയാപ്പ കോയ തങ്ങളെ ഏൽപ്പിച്ചു. പിന്നീട് അവരുടെ ചാർച്ചക്കാരനായ സയ്യിദ് മുഹമ്മദ്ബിൻ അബ്ദുറഹ്മാൻ ജിഫ്രി കോൺസ്റ്റാന്റിനോപ്പിളിൽ പോയി മമ്പുറം തങ്ങന്മാരുടെ സ്വത്തവകാശം കൈകാര്യം ചെയ്യാൻ മുക്ത്യാർ സമ്പാദിച്ചു. പക്ഷേ മമ്പുറം സ്വത്തുക്കളിൽ നിന്നുള്ള വരുമാനം ഏറെയൊന്നും ഫസൽ തങ്ങളുടെ സന്തതികൾക്ക് ലഭിച്ചിരുന്നില്ല എന്നതിന്റെ ചില സൂചനകൾ ലഭിച്ചിട്ടുണ്ട്. മാത്രമല്ല, ആ സ്വത്ത് കൈകാര്യം ചെയ്തിരുന്ന ജിഫ്രി തങ്ങന്മാർ പിന്നീട് ബ്രിട്ടീഷ് അനുകൂലികളായിത്തീരുകയാണ് ഉണ്ടായത്. ഇവരിൽ പ്രമുഖനായിരുന്ന സയ്യിദ് അഹമ്മദ് ജിഫ്രി എന്ന പി എം ആറ്റക്കോയ തങ്ങൾക്ക് ബ്രിട്ടീഷ് സേവയുടെ ഫലമായി 1931 ൽ ഖാൻ ബഹാദൂർ പദവി ലഭിച്ചിരുന്നു (ഇദ്ദേഹം 1939 ൽ മുസ്ലീം ലീഗിൽ ചേർന്നിരുന്നുവെങ്കിലും ഒരു ഘട്ടത്തിൽ ഖാൻ ബഹാദൂർ തുടങ്ങിയ സ്ഥാനങ്ങൾ ഉപേക്ഷിക്കണമെന്ന് ലീഗാവശ്യപ്പെട്ടപ്പോൾ അതനുസരിക്കാതെ ലീഗിൽനിന്നു പുറത്തുവന്ന ആളാണ്.)

ഉൾനാടുകളിലെ പാവപ്പെട്ട മാപ്പിളമാരെ ആത്മാഭിമാനമുണർത്തി വളർത്തിയതിനു അവർ നൽകിയ പാരിതോഷികങ്ങൾ സ്വരൂപിച്ചുണ്ടാക്കിയ മമ്പുറം മഖാമിന്റെ സ്വത്തുക്കൾ ബ്രിട്ടീഷനുകൂലികളായ തീരദേശത്തെ സമ്പന്നർ കയ്യടക്കി അനുഭവിക്കുന്നതിലെ പന്തികേട് മലബാറിലെ ദേശീയ പ്രസ്ഥാനത്തിന്റെ കാലത്ത് ശ്രദ്ധിക്കപ്പെടുകയുണ്ടായി. ഇതിനെതിരായ ജനകീയബോധം ബ്രിട്ടീഷാധിപത്യത്തെ ചെറുക്കാൻ ഉപയോഗിക്കുന്നതിന് മുഹമ്മദ് അബ്ദുറഹിമാൻ സാഹിബ് ശ്രമിച്ചിരുന്നു. സാഹിബ് ഒരിക്കൽ ഹജ്ജിന് പോയപ്പോൾ സയ്യിദ് ഫസൽ തങ്ങളുടെ കുടുംബത്തിൽപ്പെട്ട സയ്യിദലിയെ പരിചയപ്പെട്ടു. അദ്ദേഹം മലബാറിലേക്ക് വന്ന് മമ്പുറം സ്വത്തുക്കൾക്ക് അവകാശം ഉന്നയിക്കുന്നത് ബ്രിട്ടീഷ് സാമ്രാജ്യത്തിനെതിരെ ബഹുജനങ്ങളെ ഉണർത്താൻ സഹായിക്കുമെന്ന് സാഹിബ് കരുതി. ഇതിനായി കോഴിക്കോട് 1933 ൽ ഒരു മമ്പുറം റസ്റ്റോറേഷൻ കമ്മിറ്റി ഉണ്ടാക്കുകയും അത് സയ്യിദലിയെ മലബാറിലേക്ക് കൊണ്ടുവരുകയും ചെയ്തു. ഏതാണ്ടൊരു നൂറ്റാണ്ട് പിന്നിട്ടിട്ടും പഴയ മമ്പുറം തങ്ങന്മാരുടെ ബ്രിട്ടീഷ് വിരുദ്ധനിലപാടിനെ ഓർത്തുള്ള ഭയം ബ്രിട്ടീഷ് ഉദ്യോഗസ്ഥന്മാരിൽ നിലനിന്നിരുന്നു. അതുകൊണ്ട് സയ്യിദലി ഉടനെ മലബാർ വിടണമെന്ന് കളക്ടർ ടി ബി റസ്സൽ നിഷ്കർഷിച്ചു. ഇതിനെ ചെറുത്തുകൊണ്ട് പ്രക്ഷോഭം തുടങ്ങാനൊരുങ്ങിയ അബ്ദുറഹിമാൻ സാഹിബിനെ അറസ്റ്റു ചെയ്യാൻപോലും ശ്രമം നടന്നു. ഇതിനി

ടയിൽ വിഷമിച്ച സയ്യദലി കുറച്ചുനാൾ മാഹിയിൽ തങ്ങിയശേഷം ഇന്ത്യ വിട്ടുപോയി. പിന്നീട് മമ്പുറം ജാറത്തിന്റെ യഥാർഥ അവകാശികളെ പുനരധിവസിപ്പിക്കണമെന്നാവശ്യപ്പെട്ടുകൊണ്ട് നാലുലക്ഷത്തിലധികം പേർ ഒപ്പിട്ട ഒരു ഭീമഹർജി 1937 ൽ മദിരാശി സംസ്ഥാനത്ത് അധികാരത്തിൽ വന്ന കോൺഗ്രസ് മന്ത്രിസഭക്ക് സമർപ്പിച്ചിരുന്നു. പക്ഷേ അതനുസരിച്ച് നടപടി എടുക്കുന്നതിന് മുമ്പ് (1939ൽ) കോൺഗ്രസ് മന്ത്രിസഭ രാജിവെച്ചു. 1940 ജൂലായ് മാസം മുതൽ അബ്ദുറഹിമാൻ സാഹിബ് ദീർഘകാലം തടവിലാവുകയും ചെയ്തതോടെ മമ്പുറം പ്രശ്നം പരിഹാരമില്ലാതെ തുടർന്നു.

സയ്യിദ് ഫസൽ: ജീവിതവും പോരാട്ടവും

ഡോ. കെ കെ മുഹമ്മദ് അബ്ദുൾ സത്താർ

സമൂഹത്തിലെ അധഃസ്ഥിതരുടെ ചേരിയിൽ നിന്നുകൊണ്ട്, സാമ്രാജ്യത്വത്തിനെതിരെയും ജന്മിത്വത്തിന്റെ മനുഷ്യത്വവിരുദ്ധ മൂല്യവ്യവസ്ഥക്കെതിരായും നിരന്തരം പോരാടിയ സയ്യിദ് ഫസൽ പൂക്കോയ തങ്ങളുടെ (1824 - 1901 A.D) ജീവിതം ചരിത്രവിദ്യാർഥികൾക്കും സാമൂഹ്യപ്രവർത്തകർക്കും ആവേശം പകരുന്ന അനുഭവമാണ്. മമ്പുറം സയ്യിദ് അലവി തങ്ങളുടെ പുത്രനായ സയ്യിദ് ഫസൽ 19-ാം നൂറ്റാണ്ടിൽ, മലബാറിലെ പ്രമുഖ മുസ്ലീം ബുദ്ധിജീവിയും തലയെടുപ്പുള്ള പോരാളിയുമായിരുന്നു. എ ഡി 1824-ൽ സയ്യിദ് ഫസൽ ജനിച്ചു. കൊയിലാണ്ടി സ്വദേശിയായിരുന്ന ഫാത്തിമയാണ് മാതാവ്. മാതൃസഹോദരനായ ഹസൻ, തിരൂരങ്ങാടിയിലെ പ്രമുഖ മതപണ്ഡിതനായിരുന്ന ചാലിലകത്ത് ഇബ്രാഹിംഹാജി എന്ന കുസയ്യ്ഹാജി, ഹളറമൗത്തിലെ പ്രമുഖ സൂഫിവര്യനും പണ്ഡിതനുമായ ശഐഖ്സയ്യിദ് അബ്ദുള്ള ഇബ്നുഉമർ, പരപ്പനങ്ങാടിയിലെ ഔക്കോയമുസ്ല്യാർ തുടങ്ങിയവരുടെ കീഴിലായിരുന്നു പ്രാഥമികവിദ്യാഭ്യാസം. ചുരുങ്ങിയകാലം കൊണ്ടുതന്നെ ഖുറാനിലും ഹദീസിലും ചരിത്രത്തിലും അഗാധമായ അറിവുനേടാൻ അദ്ദേഹത്തിനു കഴിഞ്ഞു.[1] പരമ്പരാഗത വിദ്യാഭ്യാസം സ്വായത്തമാക്കിക്കൊണ്ടുതന്നെ, പാരമ്പര്യത്തിന്റെ ചട്ടക്കൂടുകൾ ലംഘിച്ചുകൊണ്ടുള്ള കർമപഥങ്ങളിലൂടെ മുന്നേറാൻ കഴിഞ്ഞതാണ് അദ്ദേഹത്തിന്റെ മഹത്വം.

1844 ൽ പിതാവ് മരണപ്പെടുമ്പോൾ സയ്യിദ് ഫസലിന് 20 വയസാണ് പ്രായം. അതേ വർഷം തന്നെ ഹജ്ജ്കർമത്തിനായി മക്കയിലേക്ക് യാത്രയായി. തുടർന്ന് അഞ്ചുവർഷം പഠന-ഗവേഷണങ്ങളിൽ മുഴുകി, അറേബ്യയിൽ ചെലവഴിച്ചു. സയ്യിദ് ഫസലിന്റെ ബൗദ്ധികലോകം വികാസം പ്രാപിച്ചത് ഇക്കാലത്തായിരിക്കണം. ലോകത്തിന്റെ നാനാഭാഗത്തുനിന്നു

മുള്ള തീർഥാടകരും സന്ദർശകരുമായി ബന്ധം സ്ഥാപിക്കാനും ദേശീയ-അന്തർദേശീയ കാര്യങ്ങളെക്കുറിച്ച് ഉയർന്ന ധാരണ ആർജിക്കാനും ഇക്കാലത്ത് സാധിച്ചിരിക്കണം. ബ്രിട്ടീഷ് കൊളോണിയലിസം മുസ്ലീം രാജ്യങ്ങൾക്കുമേൽ അധിനിവേശം നടത്തിക്കൊണ്ടിരിക്കുന്ന കാലഘട്ട മായിരുന്നു അത്. മുസ്ലീംലോകത്ത് കോളനിവിരുദ്ധപോരാട്ടങ്ങൾക്ക് ആക്കം കൂട്ടിയ ജമാലുദ്ദീൻ അഫ്ഘാനിയുടെ ദർശനങ്ങളുമായി സയ്യി ദ്ഫസൽ അടുത്തബന്ധം സ്ഥാപിച്ചിരുന്നെന്ന് പിൽക്കാല പ്രവർത്തന ങ്ങൾ സാക്ഷ്യപ്പെടുത്തുന്നു.

1849 ൽ സയ്യിദ് ഫസൽ മലബാറിൽ തിരിച്ചെത്തി. സ്വജീവിതം കൊണ്ട് സമൂഹത്തിനു മാതൃകയായിരുന്ന അദ്ദേഹം വിജ്ഞാനസമ്പാദ നത്തിനാണ് മുൻഗണന നൽകിയിരുന്നത്. മതവിജ്ഞാന മേഖലയിൽ അദ്ദേഹത്തിന്റെ വ്യക്തിത്വം അംഗീകരിക്കപ്പെട്ടു. മതവിഷയങ്ങളിൽ ഉപ ദേശനിർദേശങ്ങൾക്കായി മലബാറിന്റെ നാനാഭാഗങ്ങളിൽ നിന്നും പണ്ഡി തരും പാമരരും അദ്ദേഹത്തെ തേടിയെത്തിയിരുന്നു. മതവിഷയങ്ങളിൽ ശരിയായ ശിക്ഷണം നൽകാനാണ് അദ്ദേഹം മമ്പുറംപള്ളി സ്ഥാപിച്ച ത്. മമ്പുറം പള്ളിയിലെ ജുമുഅ പ്രാർഥനയിൽ, "മാപ്പിളമാരെ ഇസ്ലാ മിക ചിട്ടയുള്ളവരാക്കാനും ഇസ്ലാമിക വ്യക്തിത്വത്തെക്കുറിച്ച് ബോധ വാൻമാരാക്കാനും വരേണ്യവർഗത്തിൽ നിന്ന് സ്വതന്ത്രരാക്കാനും"[2], അദ്ദേഹം നിർദേശിക്കാറുണ്ടായിരുന്നെന്ന് ബ്രിട്ടീഷ്രേഖകളിൽ കാണുന്നു. മാപ്പിളമാരിൽ മതബോധമുണ്ടാക്കാനും സമകാലിക സാമൂ ഹിക പ്രശ്നങ്ങളെക്കുറിച്ച് അവരെ ബോധവാൻമാരാക്കാനും ഖുത്തു ബയിലൂടെ അദ്ദേഹം ശ്രമിച്ചിരുന്നു. ഈ നിലപാടുതന്നെ പരമ്പരാഗത മത നേതൃത്വത്തിന്റെ രീതിയായിരുന്നില്ല. സവർണ ഭൂസ്വാമി-ഉദ്യോഗസ്ഥ ഭൂപ്രഭുത്വകൂട്ടുകെട്ടിനും അവർ താങ്ങിനിർത്തുന്ന സാമൂഹിക സംവിധാ നത്തിനും എതിരെയും അധ:സ്ഥിതവർഗങ്ങളുടെ സാമൂഹികനവോത്ഥാ നത്തിനു വേണ്ടിയും ആയിരുന്നു സയ്യിദ് ഫസലിന്റെ ഉദ്ബോധനങ്ങൾ. അദ്ദേഹത്തിന്റെ മതപരിഷ്കരണ സംരംഭങ്ങൾ ഹദ്റാമി സയ്യിദൻമാരുടെ പാരമ്പര്യവുമായി ഒത്തുപോകുന്നതായിരുന്നു. സയ്യിദ് ഫസലിന്റെ പിതൃ വ്യപുത്രനായ സയ്യിദ് അബ്ദു റഹ്മാൻ ഹൈദ്രൂസിന്റെ പ്രസ്താവന ഇക്കാര്യം വ്യക്തമാക്കുന്നു. (1855 ൽ ഹൈദ്രൂസിനെ, ബ്രിട്ടീഷ് അധികൃ തർ, മമ്പുറത്തേക്കുള്ള യാത്രാമധ്യേ അറസ്റ്റ് ചെയ്ത് ചോദ്യം ചെയ്യുക യുണ്ടായി.) മതം നിരോധിച്ച കാര്യങ്ങളായ മദ്യപാനം, മുഹറം ആചര ണം, പ്രാകൃതമായ വിവാഹാചാരങ്ങൾ, ദുഷിച്ച വാക്കുകൾ തുടങ്ങിയ വയെക്കുറിച്ച് ജനങ്ങളെ ഉദ്ബുദ്ധരാക്കലാണ് തങ്ങളുടെ കർത്തവ്യമെന്ന് അദ്ദേഹം വ്യക്തമാക്കുന്നുണ്ട്.[3] തന്റെ മുൻഗാമികളെപ്പോലെ സയ്യിദ് ഫസലും ജീർണിച്ച ആചാരങ്ങളെയും വിശ്വാസങ്ങളെയും വെല്ലുവിളിച്ചു. ഖുറാനും ഹദീസുമാണ് ഇസ്ലാമിന്റെ മുഖ്യഉപാദാനങ്ങളെന്നും മുസ്ലീംങ്ങൾ അവ പിന്തുടരണമെന്നും അദ്ദേഹം ആവശ്യപ്പെട്ടു. വാക്കും പ്രവൃത്തിയും സമ

ന്വയിപ്പിക്കുന്നതിൽ അങ്ങേയറ്റത്തെ അവധാനത അദ്ദേഹം പ്രകടിപ്പിച്ചു.

ഗ്രന്ഥകർത്താവ്: ഇരുപത്തഞ്ചോളം കൃതികൾ സയ്യിദ് ഫസൽ രചിച്ചിട്ടുണ്ട്. അറബി ഭാഷയിൽ ഉള്ള രചനകളിൽ പതിനാലു കൃതികളെക്കുറിച്ചുള്ള പരാമർശങ്ങൾ ചരിത്രത്തിലുണ്ട്. മതതത്വശാസ്ത്രം, കർമശാസ്ത്രം, വിശ്വാസകാര്യങ്ങളെക്കുറിച്ചുള്ള വിശകലനങ്ങൾ – എന്നിവയാണ് ഒട്ടുമുക്കാൽ കൃതികളുടെയും പ്രതിപാദ്യം. കോളനിവിരുദ്ധ പോരാട്ടത്തിന് ആശയപരമായ അടിത്തറപാകിയ ഉദ്ദത്തുൽ ഉമറ, ഇൻഡോ-അറബ് പണ്ഡിതൻമാർ കോളനി ഭരണത്തിനെതിരെ നടത്തിയ ഹത്വകളുടെ സമാഹാരമാണ്. *അലാമൻ യുവാറിൽ ഖുഫാർ* എന്ന കൃതി, ഒരു ബഹുമതസമൂഹത്തിൽ മുസ്ലീങ്ങൾ എങ്ങനെ ഇതര മതസ്ഥരോട് സാമൂഹികബന്ധം സ്ഥാപിക്കണമെന്നതിനെക്കുറിച്ചും ഇസ്ലാം ഉദ്ഘോഷിക്കുന്ന സഹിഷ്ണുതയെക്കുറിച്ചും സവിസ്തരം പ്രതിപാദിക്കുന്നു.

രാഷ്ട്രീയ വീക്ഷണം: 19-ാം നൂറ്റാണ്ടിലെ മലബാർ ചരിത്രത്തിൽ അദ്വിതീയസ്ഥാനം വഹിക്കുന്ന വ്യക്തിയാണ് സയ്യിദ് ഫസൽ. പിതാവിനെപ്പോലെതന്നെ, മമ്പുറത്തെയും പരിസരപ്രദേശങ്ങളിലെയും മാപ്പിളമാരുടെ ആത്മീയനേതൃത്വം അദ്ദേഹത്തിനായിരുന്നു. കേവലമൊരു ആത്മീയവാദിയായിരുന്നില്ല സയ്യിദ് ഫസൽ. തന്റെ ചുറ്റുപാടിനോടും സമകാലിക സംഭവങ്ങളോടും അദ്ദേഹം ക്രിയാത്മകമായി പ്രതികരിച്ചു. പ്രമുഖ ചരിത്രപണ്ഡിതനായ സ്റ്റീഫൻ എഫ് ഡെയിലിന്റെ അഭിപ്രായകത്തിൽ, ഫസലിന്റെ രാഷ്ട്രീയവീക്ഷണം ജമാലുദ്ദീൻ അഫ്ഘാനിയുടെ പാൻഇസ്ലാമിസത്തിൽ നിന്നും ഉത്ഭവം കൊണ്ടതായിരുന്നു. 1852 ൽ അറേബ്യയിലെത്തിയതിനുശേഷമുള്ള സയ്യിദ് ഫസലിന്റെ പ്രവർത്തനങ്ങൾ ഇതിന് അടിവരയിടുന്നുവെന്നും ഡെയിൽ സിദ്ധാന്തിക്കുന്നു.[4]

ഇസ്ലാമിക ലോകത്തും ഇന്ത്യയുടെ വടക്കുകിഴക്കൻ ഭാഗങ്ങളിലും രൂപംകൊണ്ട രാഷ്ട്രീയ-മതപരിഷ്കരണ പ്രസ്ഥാനങ്ങളെക്കുറിച്ച് സയ്യിദ് ഫസലിന് അറിവുണ്ടായിരുന്നു. ബംഗാളിലെ ഫറൈസി പ്രസ്ഥാനത്തിന്റെ നേതാവായ ഹാജി ശരീഅത്തുള്ളയുടെയും സയ്യിദ് ഫസലിന്റെയും പ്രവർത്തനങ്ങൾ തമ്മിൽ അടുത്ത സമാനതകളുണ്ടായിരുന്നു.[5] ഇരുവരുടെയും അനുയായികൾ വർഗപരമായി ഒരേ വിഭാഗത്തിൽ പെട്ടവരുമായിരുന്നു. സയ്യിദ് ഫാസലിന്റെ അനുയായികളിൽ ഭൂരിഭാഗവും ദളിത് വർഗത്തിൽ നിന്ന് മതപരിവർത്തനം നടത്തിയവരും കുടിയാൻമാരുമായിരുന്നു. സാമ്പത്തികമായും സാമൂഹികമായും അടിത്തട്ടിലുള്ളവരുമായിരുന്നു. കിഴക്കൻ ബംഗാളിലെ മുസ്ലീം കർഷകരും കീഴാള വർഗത്തിൽപ്പെട്ടവരുമായിരുന്നു ശരീഅത്തുള്ളയുടെ അനുയായികൾ.[6]

മുസ്ലീം ലോകം കണ്ട എക്കാലത്തെയും ഏറ്റവും ശക്തനായ ബ്രിട്ടീഷ് വിരോധിയും മതപരിഷ്കരണവാദിയും ജമാലുദ്ദീൻ അഫ്ഘാനിയായിരുന്നു. സയ്യിദ് ഫസലും ജമാലുദ്ദീൻ അഫ്ഘാനിയും ഓട്ടോമൻ

സുൽത്താൻ അബ്ദുൽഹമീദിന്റെ കാലത്ത് ഉന്നതസ്ഥാനം വഹിച്ചിരുന്നതുകൊണ്ട് അവർ പരസ്പരം ആശയവിനിമയം നടത്തിയിരിക്കാനും സാധ്യതയുണ്ട്.[7]

1849 ൽ മക്കയിൽ നിന്നും മലബാറിൽ തിരിച്ചെത്തിയ സയ്യിദ് ഫസൽ മാപ്പിളമാരുടെ ആത്മീയനേതൃത്വം ഏറ്റെടുത്തു. സവർണ ജന്മിത്വ-ഉദ്യോഗസ്ഥപ്രഭുത്വം നാടുവാണിരുന്ന കാലമായിരുന്നു അത്. ബ്രിട്ടീഷ് ഭരണത്തിന്റെ തണലിൽ ജന്മിത്വം ബഹുവിധ ദ്രോഹനടപടികളും സ്വീകരിച്ചിരുന്നു. കുടിയാൻമാരെ കുടിയൊഴിപ്പിക്കുക, അമിതപാട്ടം ഈടാക്കുക, പാട്ടത്തിനു പുറമേ വിവാഹ-ഉത്സവാവസരങ്ങളിൽ നിർബന്ധപൂർവം സമ്മാനങ്ങളും പാരിതോഷികങ്ങളും വാങ്ങുക തുടങ്ങിയവ ഇവയിൽ ചിലതാണ്. കോടതി, പൊലീസ്, റവന്യൂ അധികൃതർ തുടങ്ങി സമൂഹത്തിൽ നീതിയും ന്യായവും ഉറപ്പുവരുത്തേണ്ട സ്ഥാപനങ്ങളെല്ലാം ജന്മിത്വത്തിന് കൂട്ടുനിന്നു. ഗ്രാമങ്ങളിലും താലൂക്കുകളിലും പുതിയ അധികാരശക്തികൾ/ഘടനകൾ ഉയർന്നുവന്നു. ജന്മിയെ മാത്രമല്ല, കാര്യസ്ഥനെയും പേടിക്കേണ്ട സാഹചര്യം വന്നു. വില്ലേജ് അധികാരിയും മേനോനും കോൽക്കാരനുമെല്ലാം കുടിയാൻമാരെ ദ്രോഹിക്കുകയും സാമ്പത്തികമായും സാമൂഹികമായും കടുത്ത ചൂഷണത്തിന് വിധേയരാക്കുകയും ചെയ്യുന്ന ധാരാളം കഥകൾ സയ്യിദ് ഫസലിന് അറിയാമായിരുന്നു. ഈയൊരു സാമൂഹിക പരിസരത്തു നിന്നുകൊണ്ടാവണം ജന്മിത്വത്തിനെതിരെയുള്ള സയ്യിദ്ഫസലിന്റെ ഫത്വ—അന്യായമായി കുടിയൊഴിപ്പിക്കുന്ന ജന്മിയെ വധിക്കുന്നത് പാപമല്ല — വായിച്ചെടുക്കേണ്ടത്. അറേബ്യയിൽ നിന്നും പ്രസിദ്ധപ്പെടുത്തിയ, സയ്യിദ് ഫസലിന്റെ *ഉദ്ദത്തുൽ ഉമറ:* ഇംഗ്ലീഷുകാർക്കെതിരെ പോരാടാനുള്ള ശക്തമായ ആഹ്വാനമാണ്.

19-ാം നൂറ്റാണ്ടിലെ കോളനിവിരുദ്ധ സമരങ്ങളും സയ്യിദ് ഫസലും: 19-ാം നൂറ്റാണ്ടിൽ മലബാറിൽ നടന്ന കോളനിവിരുദ്ധ പോരാട്ടങ്ങളിൽ മമ്പുറം തങ്ങൻമാരുടെ പങ്കിനെക്കുറിച്ച് ചരിത്രകാരൻമാർക്കിടയിൽ ഭിന്നാഭിപ്രായമുണ്ട്. ബ്രിട്ടീഷ് രേഖകളിലും.[8] ചില ആധുനിക ചരിത്രകാരൻമാരുടെ രചനകളിലും പ്രസ്തുത പോരാട്ടങ്ങളിലുള്ള മമ്പുറം തങ്ങൻമാരുടെ പങ്കിനെക്കുറിച്ച് സൂചിപ്പിക്കുന്നുണ്ട്.[9]

മലബാറിന്റെ തെക്കൻ താലൂക്കുകളിൽ, പ്രത്യേകിച്ചും ഏറനാട്, വള്ളുവനാട് താലൂക്കുകളിലെ ഉൾനാടൻ പ്രദേശങ്ങളിലാണ് ഒട്ടുമുക്കാൽ പോരാട്ടങ്ങളും നടന്നത്. 19-ാം നൂറ്റാണ്ടിൽ ഉൾനാടൻ പ്രദേശങ്ങളിൽ ഉയർന്നുവന്ന പുത്തൻ അധികാരകേന്ദ്രങ്ങൾക്കും ജന്മിത്വത്തിന്റെ കുടിലതകൾക്കും ബ്രിട്ടീഷ്മേൽക്കോയ്മക്കും എതിരേയുള്ള ഒറ്റപ്പെട്ട പ്രതിഷേധങ്ങളായിരുന്നു മാപ്പിളപ്പോരാട്ടങ്ങൾ എന്ന് മൊത്തത്തിൽ വിലയിരുത്താം. 1836 – 1921 കാലഘട്ടത്തിൽ ഏകദേശം 32 കലാപങ്ങൾ ഉണ്ടായിട്ടുണ്ട്. ഇവയിൽ പകുതിയിലധികവും ഇക്കാലയളവിലെ ആദ്യത്തെ പതിനാറുവർഷങ്ങളിലായിരുന്നു. വർഗപരമായി സമീപിക്കുകയാണെ

ങ്കിൽ, പോരാളികളിൽ ഭൂരിഭാഗവും കുടിയാൻമാരും ഭൂരഹിത കർഷകത്തൊഴിലാളികളും ചെറുകിടകച്ചവടക്കാരും ആയിരുന്നു. എല്ലാവരും തന്നെ 15-നും 30-നും ഇടയ്ക്ക് പ്രായമുള്ളവരും ആയിരുന്നു. അവരുടെ ഭൗതിക സാഹചര്യങ്ങളും ജീവിതനിലവാരവും അങ്ങേയറ്റം പരിതാപകരവുമായിരുന്നു. സ്വാഭാവികമായും ജന്മിമാരും പ്രാദേശിക ഭരണാധികാരികളായിരുന്ന വില്ലേജ് അധികാരികളും കോൽക്കാരുമായിരുന്നു കലാപങ്ങളിൽ ആക്രമിക്കപ്പെട്ടത്.

16-ാം നൂറ്റാണ്ടുമുതൽ യൂറോപ്യൻമാർക്കെതിരെയുള്ള സമരത്തിന്റെ പാരമ്പര്യമുള്ളവരാണ് മാപ്പിളമാർ. പോർച്ചുഗീസുകാർക്കെതിരെയുള്ള പോരാട്ടത്തിന്റെ ഫലമായി മാപ്പിളമാരുടെ തീരദേശ കച്ചവടക്കുത്തക പൂർണമായും തകർന്നുവെന്നു കാണാം. തീരദേശ വ്യാപാരം നിയന്ത്രിച്ചിരുന്ന മാപ്പിളമാർ പുതിയ മേച്ചിൽസ്ഥലങ്ങൾ അന്വേഷിക്കാൻ നിർബന്ധിതരായി. ഏറനാട്, വള്ളുവനാട് പ്രദേശങ്ങളിൽ മാപ്പിളമാർ കുടിയേറിയ സന്ദർഭം ഏതാണെന്നതിനെക്കുറിച്ച് വ്യക്തമായ വിവരങ്ങളില്ല. വ്യാപാരാവശ്യാർഥവും കൃഷിയുമായി ബന്ധപ്പെട്ടും മാപ്പിളമാർ ഈ പ്രദേശങ്ങളിൽ സ്ഥിരതാമസമാക്കിയെന്നു വിശ്വസിക്കാൻ ന്യായമുണ്ട്. കടലുണ്ടിപ്പുഴയുടെ തീരദേശത്തും തൊട്ടടുത്തുള്ള ഉൾനാടുകളിലും സ്ഥിരതാമസമാക്കിയ മാപ്പിളമാർ മലഞ്ചരക്കുകൾ ശേഖരിക്കാനും സ്വന്തമായി കാർഷിക വൃത്തിയിലേർപ്പെടാനും തുടങ്ങിയെന്ന്, ഈ പുഴയുടെ തീരത്ത് വളർന്നുവന്ന കടവുകളും ചന്തകളും മറ്റും സൂചിപ്പിക്കുന്നു.[10]

ടിപ്പുവിന്റെ മലബാർ ആക്രമണവുമായി ബന്ധപ്പെട്ട് എമ്പാടും പഠനങ്ങൾ നടന്നിട്ടുണ്ട്. ടിപ്പു മലബാറിൽ നടപ്പിലാക്കിയ ഭൂനികുതിപരിഷ്കരണ സംരംഭങ്ങൾ സവർണ ജന്മിത്വത്തെ സാരമായി ബാധിച്ചുവെന്നും അവരിൽ വലിയൊരു വിഭാഗം തിരുവിതാംകൂറിൽ അഭയം തേടിയെന്നും പൊതുവേ പറയാറുണ്ട്. ടിപ്പുവിന്റെ മതാന്ധതയ്ക്ക് ഉദാഹരണമായി സവർണരുടെ പലായനത്തെ സൂചിപ്പിക്കാറുമുണ്ട്. ജന്മിമാരുടെ പലായനത്തിനുശേഷം അവരുടെ ഭൂസ്വത്തുക്കൾ മാപ്പിള കണക്കാരും ചെറുകിട ഭൂവുടമകളും കയ്യേറിയെന്നും അങ്ങനെ ടിപ്പുവിന്റെ കാലത്ത് മാപ്പിളമാർ ദക്ഷിണമലബാറിലെ മുഖ്യഭൂവുടമസ്ഥരായെന്നും ഔദ്യോഗിക രേഖകളിൽ കാണുന്നു.[11] കെ എൻ പണിക്കർ, മേൽപ്പറഞ്ഞ വാദഗതികളെ വസ്തുതകളുടെ അടിസ്ഥാനത്തിൽ സമീപിക്കുകയും ഔദ്യോഗികരേഖകളിലെ പൊതുപ്രസ്താവങ്ങളല്ലാതെ, ടിപ്പുവിന്റെ കാലത്ത് മലബാറിൽ നിന്നും വൻതോതിലുള്ള ഹിന്ദുപലായനം തെളിയിക്കാൻ മതിയായ വസ്തുതകളില്ല എന്ന് സ്ഥാപിക്കുകയും ചെയ്യുന്നു. അതുകൊണ്ട്, മൈസൂർ ഭരണം മലബാറിൽ ഹിന്ദുഭൂപ്രഭുത്വത്തിന് അന്ത്യം കുറിച്ചെന്നും മാപ്പിളകുടിയാൻമാർ വൻതോതിൽ ഭൂമി കൈവശപ്പെടുത്തിയെന്നും പറയുന്നത് സംശയാസ്പദമാണ്. വാസ്തവത്തിൽ മലബാറിലെ മൈസൂർകാലഘട്ടം മാപ്പിള അധീശത്വത്തിന്റെയോ മാപ്പിള ഭരണത്തി

ന്റെയോ കാലമല്ലായെന്നും കെ എൻ പണിക്കർ വാദിക്കുന്നു.[12]

മലബാർ, മദ്രാസ് പ്രസിഡൻസിയോട് കൂട്ടിച്ചേർത്തതിനുശേഷം മാപ്പിളമാരോട് അനുരഞ്ജനത്തിന്റെയും അനുനയത്തിന്റെയും പാതയാണ് ബ്രിട്ടീഷുകാർ ആദ്യം സ്വീകരിച്ചത്. 'മാപ്പിള അസ്വസ്ഥതകൾ' ഒരിക്കലും മാപ്പിളമാരുടെ ആക്രമണോത്സുകതയുമായി ബന്ധപ്പെടുത്തിയില്ല, ഭൂസ്വാമിമാരുടെ പീഡനവും അന്യായമായ പലതരം നികുതികളുമാണ് അതിനുള്ള കാരണമെന്നും ഉള്ള ധാരണ കമ്പനിക്കുണ്ടായിരുന്നു. മാപ്പിളമാരിൽ നിന്നും ഈടാക്കിയിരുന്ന 'പുരുഷാന്തരം' നിർത്തലാക്കുകയും നായർ ജന്മിമാരിൽ നിന്നും അവരെ സംരക്ഷിക്കാൻ നിയമനിർമാണം നടത്തുമെന്ന് പ്രഖ്യാപിക്കുകയും ചെയ്തു.[13] എന്നാൽ നികുതി പിരിക്കുന്നതിനും നിയമവാഴ്ച നടപ്പിലാക്കുന്നതിനും കമ്പനി നടത്തിയ ശ്രമങ്ങളെ മാപ്പിളമാർ എതിർത്തപ്പോൾ നിലപാട് മാറ്റാൻ അധികൃതർ നിർബന്ധിതരായി.[14] 1800 ൽ നടന്ന കലാപമാണ് മാപ്പിളമാരോട് കടുത്ത നിലപാടെടുക്കാൻ കമ്പനി അധികൃതരെ പ്രേരിപ്പിച്ചത്.

മലബാറിൽ ബ്രിട്ടീഷുകാർ നടപ്പിലാക്കിയ ഭൂനിയമപ്രകാരം ജന്മിയെ, ഭൂമിയുടെ യഥാർഥ ഉടമയായി അംഗീകരിച്ചു.

> ബ്രാഹ്മണാധിപത്യത്തോടുകൂടിയ ജാതിവ്യവസ്ഥയും അതിന്റെ ഭാഗമായ ഭൂബന്ധങ്ങളും നിലനിർത്തുന്നതാണ് ഭരണച്ചെലവു കുറയ്ക്കാൻ സഹായകമാവുക എന്നു കണ്ടെത്തിയിരുന്നു. ഇതിന്റെ ഭാഗമായി ജന്മിമാരുടെ അധികാരങ്ങൾ പൂർവാധികം വർധിപ്പിക്കുന്ന വ്യവസ്ഥയാണ് ഇംഗ്ലീഷധികാരികൾ ഇവിടെ രൂപപ്പെടുത്തിയത്.[15]

ജീവിതത്തിന്റെ നാനാതുറകളിലുമുള്ള സവർണാധിപത്യം മാപ്പിളമാരുടെ അവസ്ഥ പരിതാപകരമാക്കി. ബ്രിട്ടീഷ് കോടതി-പൊലീസ്-റവന്യൂ വകുപ്പുകളുടെ പിന്തുണയോടുകൂടി കുടിയൊഴിപ്പിക്കലും മറ്റു ദ്രോഹനടപടികളും പൂർവാധികം ത്വരിതപ്പെടുത്തി. മാപ്പിള കുടിയാൻമാർ കുടിയൊഴിപ്പിക്കൽ, അമിതപാട്ടം തുടങ്ങിയ ചൂഷണത്തിനു വിധേയരായി.[16] കേവലം ഒമ്പതു വർഷങ്ങൾക്കുള്ളിൽ ഏറക്കുറെ എല്ലാ ഉൽപ്പന്നങ്ങളുടെയും വില ഇരട്ടിയിലധികമായി.[17] ഇതിന്റെ ഫലമായി ഭൂമിയുടെ വില ഉയരുകയും ഭൂമിക്കുവേണ്ടിയുള്ള ഡിമാന്റ് വർധിക്കുകയും ചെയ്തു. ജന്മിമാർ അവരുടെ നിലയും വിലയും അധികാരവും തിരിച്ചറിഞ്ഞു. ഓരോ പന്ത്രണ്ട് വർഷത്തിനു ശേഷവും കുടിയാൻമാരെ ഒഴിപ്പിക്കുന്നതിനുള്ള ജന്മിയുടെ അവകാശത്തെ ബ്രിട്ടീഷ് കോടതി അംഗീകരിച്ചു.

ചുരുക്കത്തിൽ, 19-ാം നൂറ്റാണ്ടിന്റെ മധ്യത്തിലുള്ള മലബാറിലെ സാമ്പത്തികസ്ഥിതി ജന്മിത്വത്തിന്റെ താൽപ്പര്യങ്ങളെ പരിരക്ഷിക്കുന്നതായിരുന്നു. സാമൂഹികരംഗത്തും സവർണതാൽപ്പര്യങ്ങൾക്കായിരുന്നു

മുൻതൂക്കം. മിക്കവാറും ഭൂപ്രഭുക്കന്മാർ ക്ഷേത്രങ്ങളുടെ ട്രസ്റ്റികൾ കൂടിയായിരുന്നു. അതുകൊണ്ട് മതപരമായ അധികാരകേന്ദ്രങ്ങളും കുടിയാന്റെ രക്ഷക്കെത്തിയില്ല. ഇത്തരമൊരു സാഹചര്യത്തിലാണ്, മാപ്പിളമാരുടെയും കീഴാളവർഗത്തിന്റെയും സാമൂഹികാവസ്ഥ ഉയർത്തുന്നതിനുവേണ്ടി സയ്യിദ് ഫസൽ മുന്നോട്ടുവെച്ച നിർദേശങ്ങളുടെ സാമൂഹ്യപ്രസക്തി വിലയിരുത്തേണ്ടത്. ജന്മിമാരുടെ ഉച്ഛിഷ്ടം ഭക്ഷിക്കരുതെന്നും അവരെ അഭിസംബോധന ചെയ്യുമ്പോൾ ആദരസൂചകമായ പദങ്ങൾ ഉപയോഗിക്കരുതെന്നും വെള്ളിയാഴ്ച കാർഷികവൃത്തിയിലേർപ്പെടരുതെന്നും ഉള്ള നിർദേശങ്ങൾ അദ്ദേഹം നൽകി.[18] സയ്യിദ് ഫസൽ നിലവിലുള്ള സാമൂഹിക ഘടനയെ ശക്തിയുക്തം വെല്ലുവിളിക്കുകയും മാപ്പിള-കീഴാള വർഗങ്ങൾക്കിടയിൽ ആത്മാഭിമാനത്തിന്റെയും സ്വാതന്ത്ര്യത്തന്റെതുമായ ത്വര സൃഷ്ടിക്കുകയും ചെയ്തു. അദ്ദേഹത്തിന്റെ അധ്യാപനങ്ങൾ വ്യവസ്ഥയെ വെല്ലുവിളിക്കാനും ജന്മിത്വത്തിന്റെ കൗടില്യങ്ങൾക്കെതിരെ സമര സജ്ജരാകാനും പ്രചോദനമായി.

മാപ്പിളപ്പോരാട്ടങ്ങൾ

സയ്യിദ് ഫസലിന്റെ കാലത്ത് ഏറനാട്, വള്ളുവനാട് താലൂക്കുകളിൽ നടന്ന പ്രധാന കലാപങ്ങൾ 1849 ലെ മഞ്ചേരി കലാപം, 1851 ലെ കൊളത്തൂർ കലാപം, 1852 ലെ മട്ടന്നൂർ കലാപം (വടക്കെമലബാർ) തുടങ്ങിയവയാണ്. ഇവയോടൊപ്പം തന്നെ ചേർത്തു വായിക്കേണ്ടതാണ് 1843 ൽ നടന്ന ചേറൂർ കലാപവും. ജന്മിത്വത്തിനും പുത്തൻ അധികാരകേന്ദ്രങ്ങൾക്കും ജാതിവ്യവസ്ഥയ്ക്കുമെതിരെ നടന്ന പ്രതിഷേധമെന്ന നിലയ്ക്ക് ചേറൂർ കലാപം കേരളചരിത്രത്തിൽ ഇടം കണ്ടെത്തേണ്ടതാണ്. ഔദ്യോഗികവും അനൗദ്യോഗികവുമായ ഉപാദാനങ്ങൾ, കലാപത്തെക്കുറിച്ചു പഠിക്കാൻ ലഭ്യമാണ്. ചേറൂർ കലാപത്തെക്കുറിച്ച് അറബി-മലയാളത്തിൽ, ചേറൂരിലെ മമ്മദ്കുട്ടി, മൊഹിയുദ്ദീൻ എന്നീ മാപ്പിളക്കവികൾ രചിച്ച *ചേറൂർ പടപ്പാട്ട്*; പരപ്പനങ്ങാടി സ്വദേശി ഖയ്യാത്ത് രചിച്ച *ചേറൂർ ചിന്ത്* തുടങ്ങിയ കാവ്യങ്ങൾ, ഔദ്യോഗിക രേഖകളിലില്ലാത്ത വസ്തുതകളിലേക്ക് വെളിച്ചം വീശുന്നുണ്ട്. കലാപത്തെക്കുറിച്ചുള്ള ഒരു കീഴാള പഠനമായി ഈ കൃതികളെ കാണാം. തലശേരിയിലെ മദ്ഹറുൽ മുഹിമ്മാത്ത് ലിത്തോപ്രസിൽ നിന്നും സയ്യിദ് അലി, *ചേറൂർ പടപ്പാട്ട്* അച്ചടിച്ച് വിതരണം ചെയ്തിരുന്നു. ബ്രിട്ടീഷധികാരികൾ പ്രസ് കണ്ടുകെട്ടുകയും പാട്ടിന്റെ കോപ്പികൾ പിടിച്ചെടുക്കുകയും ചെയ്തതിൽ നിന്നുതന്നെ അതിന്റെ പ്രാധാന്യം ഊഹിക്കാവുന്നതാണ്.

തിരൂരങ്ങാടിക്കടുത്ത വെന്നിയൂർ നിവാസികളും കീഴാളരുമായ മൂന്നു പുരുഷൻമാരും മൂന്നു സ്ത്രീകളും സയ്യിദ് അലവി തങ്ങളുടെ സാന്നിധ്യത്തിൽ, ഇസ്ലാംമതം സ്വീകരിച്ചു. അവരിൽ ഒരു സ്ത്രീ, തിരൂരങ്ങാടി അധികാരി കപ്രാട്ട് കൃഷ്ണപ്പണിക്കരുടെ ഭൃത്യയായിരുന്നു. കുഞ്ഞിച്ചി

രുത എന്നു പേരായ ഈ സ്ത്രീ, മതപരിവർത്തനാനന്തരം ജാതി ആചാരങ്ങൾ അനുഷ്ഠിക്കാൻ തയാറായില്ല. അധികാരിയുടെ വളരെ അടുത്തു നിന്ന് മുഖത്തുനോക്കി കുഞ്ഞിച്ചിരുത പറഞ്ഞ ന്യായം, പ്രാദേശിക അധികാരകേന്ദ്രത്തിനു നേരെയുള്ള താക്കീതുകൂടിയായിരുന്നു. തുടർന്നുണ്ടായ സംഭവവികാസങ്ങളാണ് ചേറൂർ കലാപത്തിലേക്കു നയിച്ചത്. സയ്യിദ് ഫസലിന്റെ ഉദ്ബോധനങ്ങൾ കീഴാളവർഗത്തിലുണ്ടാക്കിയ തന്റേടത്തിന്റെയും ആത്മാഭിമാനത്തിന്റെയും പാഠങ്ങളാണ് ചേറൂർകലാപം വെളിപ്പെടുത്തുന്നത്.

മഞ്ചേരി കലാപത്തിനു നേതൃത്വം കൊടുത്തത്, മഞ്ചേരി അത്തൻ ഗുരുക്കൾ (ജൂനിയർ), മമ്പുറത്തെ ഹസൻ തങ്ങളുടെ മകൻ കുഞ്ഞിക്കോയ തങ്ങൾ എന്നിവരായിരുന്നു. 66 മാപ്പിളമാരാണ് കലാപത്തിൽ പങ്കെടുത്തത്. കലാപകാരികളുടെ വർഗവിശകലനം ഇപ്രകാരമാണ്: ഒമ്പതു കുടിയാൻമാർ, മുപ്പത്തിമൂന്നു തൊഴിലാളികൾ, ഒരു തങ്ങൾ, രണ്ട് മുസ്ല്യാർമാർ (കുടിയൊഴിപ്പിക്കപ്പെട്ട കുടിയാന്റെ മക്കളുമായിരുന്നു ഇവർ) രണ്ട് കരിനിർമാതാക്കൾ, ഒരു സ്വർണപ്പണിക്കാരന്റെ മകൻ, ഒരു ബാർബർ, ഒരു കുഷ്ഠരോഗി: ബാക്കി പതിനാലുപേരെ തിരിച്ചറിഞ്ഞിട്ടില്ല.[19] ഗുരുക്കൾ കുടുംബ പരമ്പരാഗതമായി ആയോധനകലയിൽ, പ്രതിഫലം വാങ്ങി, പരിശീലനം നൽകുന്നവരും കാർഷികവൃത്തിയിലേർപ്പെട്ടവരുമായിരുന്നു.[20] അത്തൻ ഗുരുക്കൾ, കേരളചരിത്രത്തിൽ, മതിയായ ശ്രദ്ധ ലഭിക്കാതെ പോയ ഒരു പോരാളിയാണ്. ആയോധനകലയിൽ പരിശീലനം നൽകി ജീവിതവൃത്തി നടത്തിയിരുന്ന ഗുരുക്കൾക്ക് വലിയൊരു അനുയായിവൃന്ദം ഉണ്ടായിരുന്നതായി രേഖകളിൽ കാണുന്നുണ്ട്. മമ്പുറം തങ്ങന്മാരുമായി അദ്ദേഹത്തിന് അടുത്ത ബന്ധമുണ്ടായിരുന്നു. അത്തൻ ഗുരുക്കൾ പരിസരപ്രദേശങ്ങളിൽ ഉടലെടുക്കുന്ന പ്രശ്നങ്ങളിലെല്ലാം ഇടപെടുകയും ഒരു മധ്യസ്ഥന്റെ ഭാഗം നിർവഹിക്കുകയും ചെയ്തതായി കാണാം. അദ്ദേഹം കൊണ്ടു നടന്നിരുന്ന വാൾ (ഈ വാൾ ഒരു പദവി ചിഹ്നം മാത്രമാണെന്ന് ഓർക്കുക) മമ്പുറം തങ്ങൾ നൽകിയതാണെന്നും പറയുന്നു.[21] അധികാരികളുടെയും ജന്മിമാരുടെയും അനീതിക്ക് ഇരകളാകുന്ന ഉൾനാടുകളിലെ ദരിദ്രനാരായണന്മാർക്ക് അത്തൻഗുരുക്കൾ ഒരു അത്താണിയായിരുന്നു. ചെമ്പ്രശ്ശേരി വില്ലേജ് ഓഫീസിലെ മേനോൻ, ഒരു മാപ്പിള സ്ത്രീയിൽ നിന്നും കൈക്കൂലിയായി വാങ്ങിയ 30 രൂപ, ഗുരുക്കൾ ഇടപെട്ട് തിരിച്ചുവാങ്ങിക്കൊടുത്തു.[22] പയ്യനാട്ടെ ഒരു മാപ്പിള കുടിയാനിൽ നിന്നും അമിതനികുതി ഈടാക്കിയ അധികാരിയെ ഗുരുക്കൾ ശക്തമായി താക്കീതു ചെയ്തു.[23] ഇങ്ങനെ, പാവങ്ങളുടെ അവകാശങ്ങൾക്കുവേണ്ടി, നീതി നിഷേധത്തിനെതിരായി ശക്തമായ നിലപാടെടുത്തയാളാണ് ഗുരുക്കൾ. ഗുരുക്കളുടെ നീതിബോധത്തിനു മതപരിഗണനയുണ്ടായിരുന്നില്ല എന്നതിനു തെളിവുണ്ട്. ഒരു പാവപ്പെട്ട മാപ്പിള കുടിയാൻ മാറാത്ത് നമ്പൂതിരിയുടെ കളപ്പുരയിൽ നിന്നും നെല്ല് മോഷ്ടി

ച്ചതിന്, മാപ്പിളയെ ശാസിക്കുകയും മേലിൽ അത്തരം പ്രവൃത്തികൾ ആവർത്തിക്കില്ലെന്ന് ഉറപ്പുനൽകുകയും ചെയ്തത്. മഞ്ചേരിപ്രദേശത്തെ ഉന്നത ജന്മി കുടുംബങ്ങളെല്ലാം - മഞ്ചേരിരാജ, മാറാത്ത് കോവിലകം – തുടങ്ങി അനേകം കുടുംബങ്ങൾ ഗുരുക്കളുമായി സൗഹൃദത്തിലായിരുന്നു. അദ്ദേഹം നായൻമാരിൽ നിന്നും നമ്പൂതിരിമാരിൽ നിന്നും പണവും വസ്തുക്കളും ഈടാക്കിയിരുന്നതായി അധികൃതർ ആരോപിച്ചിരുന്നുവെങ്കിലും[24] മഞ്ചേരിരാജ അതെല്ലാം നിഷേധിക്കുകയാണുണ്ടായത്.[25]

അത്തൻ ഗുരുക്കൾക്കെതിരെ ആദ്യപരാതി ബോധിപ്പിക്കുന്നത്, നേരത്തെ മാപ്പിളസ്ത്രീയിൽ നിന്നും കൈക്കൂലി വാങ്ങിയ, ഗുരുക്കളുടെ ഇടപെടൽകൊണ്ട് മടക്കിക്കൊടുക്കേണ്ടിവന്ന ചെമ്പ്രശ്ശേരി വില്ലേജിലെ മേനോൻ ആണ്. ഗുരുക്കളുടെ നിലപാടിനെക്കുറിച്ച് അന്വേഷിച്ച് റിപ്പോർട്ട് നൽകിയ പന്തല്ലൂരിലെ പേഷ്ക്കാർ, ഗുരുക്കൾക്ക് നല്ല സർട്ടിഫിക്കറ്റ് നൽകുകയാണുണ്ടായത്.[26]

ഗുരുക്കളുടെ പ്രവർത്തനങ്ങളെക്കുറിച്ച് അധികൃതർ നിരന്തരമായി അന്വേഷിച്ചുകൊണ്ടേയിരുന്നു. പലപ്പോഴും ഉദ്യോഗസ്ഥർ നൽകുന്ന റിപ്പോർട്ടുകൾ പരസ്പരവിരുദ്ധമായിരുന്നു. അവസാനം അധികൃതർ, ഗുരുക്കൾ 'അപകടകാരി'യാണെന്ന നിഗമനത്തിലെത്തി. അദ്ദേഹത്തെ അറസ്റ്റു ചെയ്യാൻ ഉത്തരവിറക്കുകയും ചെയ്തു. ഗുരുക്കൾ ഒരു സമാന്തര അധികാരകേന്ദ്രമാകുന്നുവെന്നായിരുന്നു അധികൃതരുടെ കണ്ടുപിടുത്തം.[27] ഗുരുക്കൾക്കെതിരായി ഏതെങ്കിലും ജന്മിയോ പ്രമാണിയോ പരാതിയൊന്നും നൽകിയിരുന്നില്ല.

കൊണ്ടോട്ടി തങ്ങളുടെ ഒരു മുരീദിന്റെ വീട്ടിൽ നടന്ന കൊള്ളയുമായി ബന്ധപ്പെടുത്തി, അത്തൻഗുരുക്കൾക്കെതിരെ നടപടി സ്വീകരിക്കാൻ കമ്പനി അധികൃതർ തീരുമാനിച്ചു. അത്തൻഗുരുക്കൾ, കൊണ്ടോട്ടി തങ്ങളുമായി ആശയപരമായ അഭിപ്രായ വ്യത്യാസമുള്ള, മമ്പുറം തങ്ങളുടെ അനുയായിയായതുകൊണ്ടാണ് അദ്ദേഹത്തെ ഈ കേസിൽ ഉൾപ്പെടുത്തിയത്. 'ചത്തത് കീചകനെങ്കിൽ കൊന്നതു ഭീമൻ തന്നെ' എന്ന ന്യായമായിരുന്നു ഇതിനുപിന്നിൽ പ്രവർത്തിച്ചത്. അത്തൻഗുരുക്കളുടെ വൃദ്ധനായ പിതാവിനെ ചോദ്യംചെയ്യാനും വീട് സെർച്ച് ചെയ്യാനും ഗുരുക്കളെ അറസ്റ്റു ചെയ്യാനും തഹസിൽദാർ ഉത്തരവിട്ടു.[28] പന്തല്ലൂർ പേഷ്കാർ മുമ്പാകെ പരിവാരസമേതം ഹാജരായ ഗുരുക്കൾ കുറ്റം നിഷേധിക്കുകയും സമൺസ് കൈപ്പറ്റാൻ വിസമ്മതിക്കുകയും ചെയ്തു. ഇതിലും വലിയ അപമാനത്തിന് താൻ പാത്രമാകുമെന്ന് ഗുരുക്കൾക്ക് ബോധ്യമായി.[29] അതുകൊണ്ട് ബ്രിട്ടീഷ് ആധിപത്യത്തെ ചെറുക്കാൻ, മരണം വരെ പോരാടാൻ അദ്ദേഹം തീരുമാനിക്കുകയും ചെയ്തു.

അത്തൻഗുരുക്കളെ എങ്ങനെ കൈകാര്യം ചെയ്യണമെന്ന കാര്യത്തിൽ അധികൃതർക്ക് ഏകാഭിപ്രായമുണ്ടായിരുന്നില്ല. ബലം പ്രയോഗിച്ച് ഗുരുക്കളെ തടവിലാക്കാൻ ശ്രമിച്ചാൽ അത് ബഹുജനപ്രക്ഷോഭത്തിനു

കാരണമാകുമെന്ന് അവർ ഭയപ്പെട്ടു.[30] തുറന്ന പോരാട്ടത്തേക്കാൾ നല്ലത് സമാധാനപരമായ മാർഗങ്ങൾ അവലംബിക്കുന്നതാണെന്ന് അസിസ്റ്റന്റ് മജിസ്ട്രേട്ട് അഭിപ്രായപ്പെട്ടു.[31] എട്ടു ദിവസത്തിനുള്ളിൽ ഗുരുക്കളെ ഹാജരാക്കാൻ പന്തല്ലൂർ പേഷ്ക്കാരോട് ആവശ്യപ്പെട്ടു. പേഷ്ക്കാർ പരാജയപ്പെട്ടാൽ മറ്റു മാർഗ്ഗങ്ങൾ സ്വീകരിക്കാനും നിശ്ചയിച്ചു.[32]

പന്തല്ലൂർ സംഭവം: ഉത്തരവു പ്രകാരം പന്തല്ലൂർ പേഷ്ക്കാർ ദാദമിയ അയനിക്കാട്ടേക്കു പുറപ്പെട്ടുവെങ്കിലും പന്തല്ലൂരിൽ കലാപം തുടങ്ങിയതുകാരണം യാത്ര റദ്ദാക്കി. ഗുരുക്കളുടെ അനുയായിയായ കൊണ്ടോത്ത് ഉണ്ണീൻ, തെയ്യുണ്ണി എന്ന ഈഴവനെ വധിച്ചു. ഒരു കേസിൽ തന്നെ ദുരുദ്ദേശ്യത്തോടെ പ്രതിയാക്കിയതിന്റെ പ്രതികാരമായിരുന്നു ഈ സംഭവം. ആ കേസ് മതിയായ തെളിവില്ലാത്തതിനാൽ തള്ളിപ്പോയെങ്കിലും ഉണ്ണീന് അതൊരു അപമാനമായി തോന്നുകയും പ്രതികാരം ചെയ്യുകയുമാണുണ്ടായത്.[33]

അത്തൻ ഗുരുക്കളുടെ വീട്ടിൽ അഭയം തേടിയ കലാപകാരികൾ, അവശ്യവസ്തുക്കളുടെ കമ്മി മൂലം മഞ്ചേരി ക്ഷേത്രത്തിലേക്കു നീങ്ങി. ഈ ക്ഷേത്രത്തിൽ അഭയം തേടാനുണ്ടായ കാരണങ്ങൾ രേഖകളിൽ ഇങ്ങനെ വായിക്കാം. പ്രകൃത്യാതന്നെ (ഭൂമിശാസ്ത്രപരമായ പ്രത്യേകതകൾ) മഞ്ചേരി ക്ഷേത്രം പ്രതിരോധത്തിന് പ്രദേശത്തെ ഏറ്റവും അനുയോജ്യമായ കേന്ദ്രമായിരുന്നു. അവിടത്തെ കലവറ സദാ സുഭിക്ഷവുമായിരുന്നു.[34] മഞ്ചേരിരാജയുടെ ഉടമസ്ഥതയിലായിരുന്നു ഈ ക്ഷേത്രം. മഞ്ചേരിയിലേക്കുള്ള കലാപകാരികളുടെ നീക്കത്തിനു പിന്നിൽ ഏതെങ്കിലും ബാഹ്യശക്തികളുടെ പ്രേരണയുണ്ടായിരുന്നെന്ന് വിശ്വസിക്കാൻ തരമില്ലെന്ന് മഞ്ചേരിരാജയും മലബാറിലെ അസിസ്റ്റന്റ് മജിസ്ട്രേട്ടായിരുന്ന റോബിൻസണും സാക്ഷ്യപ്പെടുത്തുന്നു.[35]

മാറാത്തു നമ്പൂതിരിയുടെ വിശ്വസ്തനായ കുന്നപ്പള്ളി കുഞ്ഞൻ നായരെ കലാപകാരികൾ മഞ്ചേരിയിലേക്കുള്ള യാത്രാമധ്യേ കണ്ടുമുട്ടി. മാറാത്ത് കളപ്പുരയിൽ നിന്നും നെല്ല് മോഷ്ടിച്ചതിന് പ്രതിയാക്കപ്പെട്ട കറുത്ത ഉണ്യാലി ആ സാധുമനുഷ്യനെ വകവരുത്തി. ഉണ്യാലി പിടിക്കപ്പെടാൻ കാരണം കുഞ്ഞൻനായരായിരുന്നു. വ്യക്തിപരമായ വിദ്വേഷമായിരുന്നു വധത്തിനു കാരണമെന്നു വ്യക്തം. പാണ്ടിക്കാട്ടെ പ്രധാന ഭൂപ്രഭുവും പണം പലിശയ്ക്കു കൊടുക്കുന്നവനുമായിരുന്ന മാറാത്ത് നമ്പൂതിരി കലാപകാരികളുടെ ആക്രമണലക്ഷ്യമായിരുന്നുവെങ്കിലും അദ്ദേഹം രക്ഷപ്പെട്ടു. കുടിയാൻമാരെ ദ്രോഹിക്കുന്നതിനും ഭരണകൂടത്തിന്റെ ഒത്താശയോടെ കുടിയിറക്കുന്നതിലും പാട്ടം വർധിപ്പിക്കുന്നതിലുമെല്ലാം മുൻപന്തിയിൽ നിൽക്കുന്ന ജന്മിയായിരുന്നു, മാറാത്ത് നമ്പൂതിരി.[36] കലാപകാരികൾ മാറാത്ത് ഇല്ലം വളഞ്ഞുവെങ്കിലും നമ്പൂതിരി രക്ഷപ്പെട്ടു. കലാപകാരികളെ തടുക്കാൻ ശ്രമിച്ച സേവകർ വധിക്കപ്പെട്ടു. ഇല്ലത്തെ മറ്റൊരു ആളെയും കലാപകാരികൾ ദ്രോഹിച്ചില്ല. അവ

രുടെ ശത്രുവിനെ രക്ഷപ്പെടുത്തിയതിലുള്ള അരിശമാണ് സേവകന്റെ വധത്തിൽ കലാശിച്ചത്. കുഞ്ഞിക്കോയ തങ്ങളും അത്തൻഗുരുക്കളും ഈ ആക്രമണത്തിൽ പങ്കാളികളായിരുന്നില്ല.[37]

പാണ്ടിക്കാട്ടുനിന്നും കലാപകാരികൾ മഞ്ചേരിയിലേക്കു നീങ്ങി. മഞ്ചേരിരാജയുടെ ജന്മദിനത്തോടനുബന്ധിച്ചു ക്ഷേത്രത്തിൽ സദ്യ നടക്കുകയായിരുന്നു. അദ്ദേഹത്തിന്റെ ഇല്ലം ക്ഷേത്രത്തിന് അടുത്തായിരുന്നു. അമ്പതിനും നൂറിനുമിടയ്ക്ക് ബ്രാഹ്മണരും നമ്പൂതിരിമാരും സദ്യയിൽ പങ്കെടുത്തിരുന്നു. മഞ്ചേരിരാജയ്ക്കെതിരെ നീങ്ങാനുള്ള കാരണങ്ങൾ ഇങ്ങനെ സംഗ്രഹിക്കാം: അത്തൻ ഗുരുക്കളുടെ ഒരു പൂർവികൻ 1785 ൽ മഞ്ചേരിരാജയ്ക്കെതിരെ പോരാടി. ടിപ്പുവിന്റെ സഹായത്തോടെ മഞ്ചേരിരാജ അദ്ദേഹത്തെ പരാജയപ്പെടുത്തി. ഗുരുക്കളുടെ ഈ പൂർവികനെ തടവുകാരനാക്കി ശ്രീരംഗപട്ടണത്തിലേക്ക് കൊണ്ടുപോവുകയും അവിടെവെച്ച് അദ്ദേഹം മരിക്കുകയും ചെയ്തു.[38] അത്തൻഗുരുക്കളുടെ തറവാട്ടുപള്ളിക്ക് വഖഫായിരുന്ന, വർഷത്തിൽ 9000 പറ നെല്ല് പാട്ടം കിട്ടിയിരുന്ന, വയൽ മഞ്ചേരിരാജ പിടിച്ചടക്കി.[39] അദ്ദേഹം കുടിയാൻമാരുടെ മേൽ അമിതഭാരം കെട്ടിവെച്ചിരുന്നു. 1848-49 ൽ, മഞ്ചേരിരാജയുടെ ഉത്തരവു പ്രകാരം, പുതുതായി നിർമിക്കുന്ന ക്ഷേത്രത്തിനുവേണ്ടി ഓരോ കുടിയാനും ഒരു വർഷത്തെ വാടക (റെന്റ്) നിർബന്ധമായും നൽകണമായിരുന്നു. വീഴ്ച വരുത്തിയാൽ കുടിയൊഴിപ്പിക്കുമെന്ന് ഭീഷണിപ്പെടുത്തുകയും ചെയ്തു.[40] മഞ്ചേരിരാജയുടെ മൊത്തം 528 കുടിയാൻമാരിൽ 311 പേരും മാപ്പിളമാരായിരുന്നു.[41] പ്രസ്തുത ഉത്തരവ് മാപ്പിളമാർക്ക് അസ്വീകാര്യമായിരുന്നു.

ആകാശത്തേക്ക് വെടിവെച്ചും ശബ്ദകോലാഹലമുണ്ടാക്കിയും ക്ഷേത്രത്തിലെ ആളുകളെ പിരിച്ചുവിടാൻ കലാപകാരികൾ ശ്രമിച്ചു. ക്ഷേത്രമോ നിരപരാധികളേയോ ആക്രമിക്കുക അവരുടെ ലക്ഷ്യമായിരുന്നില്ല. ഒരു നമ്പൂതിരി പുരോഹിതൻ മാത്രമാണ് കൊല്ലപ്പെട്ടത്. വൃദ്ധനും ബധിരനുമായ ഈ പുരോഹിതൻ ബേക്കൽ സ്വദേശിയായിരുന്നു. അദ്ദേഹത്തിനു മാപ്പിളമാരുടെ ഭാഷയും സ്വഭാവവും അറിയാത്തതുകൊണ്ടാവാം ഇങ്ങനെ സംഭവിച്ചതെന്ന് അധികൃതർ തന്നെ രേഖപ്പെടുത്തിയിട്ടുണ്ട്.[42] ഈ ദാരുണ സംഭവത്തിൽ അത്തൻ ഗുരുക്കൾ ഖേദം രേഖപ്പെടുത്തുകയും തന്റെ അനുവാദം ഈ ഹീനകൃത്യത്തിനില്ലെന്നും മൃതശരീരം വിട്ടുകൊടുക്കാൻ തയാറാണെന്നും പ്രഖ്യാപിക്കുകയും ചെയ്തു.[43]

അത്തൻ ഗുരുക്കളുടെ നേതൃത്വത്തിൽ 29 കലാപകാരികൾ എട്ടുദിവസം ക്ഷേത്രത്തിൽ താമസിച്ചു. ക്യാപ്റ്റൻ വാററിന്റെ കീഴിലുള്ള 43-ാം നമ്പർ കമ്പനിപ്പട്ടാളം അങ്ങോട്ടുകുതിച്ചു. ഇവരെ സഹായിക്കാനായി മറ്റൊരു കമ്പനിപ്പട്ടാളം, ലെഫ്റ്റനന്റ് ബർണന്റെ നേതൃത്വത്തിൽ, കോഴിക്കോട്ടു നിന്നുമെത്തി. മാപ്പിളമാർ ശക്തമായ ചെറുത്തുനിൽപ്പു നടത്തി.

യൂറോപ്യൻ ഓഫീസറായ വെയ്സും ഒരു ജമീന്ദാറും നാലു ശിപായിമാരും വധിക്കപ്പെട്ടു. മാപ്പിളമാരിൽ ഒരാൾ വധിക്കപ്പെടുകയും രണ്ടു പേർക്കു പരിക്കേൽക്കുകയും ചെയ്തു.[44] പോരാട്ടത്തിന്റെ ആദ്യപാദത്തിലുണ്ടായ വിജയം കലാപകാരികളുടെ മനോവീര്യം വർധിപ്പിച്ചു. പുതുതായി 37 പോരാളികൾ കൂടി സംഘത്തോടൊപ്പം ചേർന്നു. എല്ലാവരും തന്നെ സമൂഹത്തിലെ താഴേക്കിടയിലുള്ളവരായിരുന്നെന്നും 22 വയസു പ്രായമുള്ളവരായിരുന്നെന്നും റോബിൻസൺ സാക്ഷ്യപ്പെടുത്തുന്നു.[45]

ഒരു തുറന്നപോരാട്ടത്തിന് മഞ്ചേരിക്ഷേത്രം അനുയോജ്യമല്ലെന്നു കണ്ട് അത്തൻ ഗുരുക്കൾ അങ്ങാടിപ്പുറം ക്ഷേത്രത്തിലേക്ക് ക്യാമ്പ് മാറ്റാൻ തീരുമാനിച്ചു. കൊണോലി ഇക്കാര്യം വിവരിക്കുന്നുണ്ട്.[46] പോരാളികളുടെ എണ്ണം വർധിച്ചപ്പോൾ അവശ്യസാധനങ്ങൾക്ക് ദൗർലഭ്യം നേരിട്ടതും ക്യാമ്പ് മാറാൻ പ്രേരകമായി. ക്ഷേത്രങ്ങൾ ക്യാമ്പുകളായി തിരഞ്ഞെടുക്കുന്നതിന്റെ പിന്നിൽ ക്ഷേത്രനശീകരണം ലക്ഷ്യമല്ലെന്നും, മറിച്ച് സുരക്ഷിതമായ ഒളിത്താവളം, തുറന്നയുദ്ധത്തിനുള്ള സൗകര്യം, ഭക്ഷ്യവിഭവങ്ങളുടെ ലഭ്യത തുടങ്ങിയ വസ്തുതകളാണ് കാരണമെന്നും കൊണോലിയുടെയും റോബിൻസൺന്റെയും റിപ്പോർട്ടുകളിൽ കാണാം.[47]

അങ്ങാടിപ്പുറം ക്ഷേത്രത്തിൽ സൂക്ഷിച്ചിരുന്ന, ഭൂമിയുമായി ബന്ധപ്പെട്ട, എല്ലാ രേഖകളും കണക്കുകളും കലാപകാരികൾ നശിപ്പിച്ചതിൽ നിന്നും, കലാപത്തിന്റെ കാർഷിക-വർഗ സ്വഭാവം സുവ്യക്തമാണ്. ഭൂമിയുമായി ബന്ധപ്പെട്ട രേഖകളും കണക്കുകളും നശിപ്പിച്ചതിനെക്കുറിച്ച് റോബിൻസൺ എഴുതുന്നു. കോടതിയിലും മറ്റും തങ്ങൾക്കെതിരായി പ്രഭുക്കൻമാരും നായൻമാരും ഹാജരാക്കുന്ന ആയുധങ്ങളാണ് ഇത്തരം രേഖകളെന്ന് ചെറുപ്പം മുതലേ കേട്ടും കണ്ടും പഠിച്ച 'മാപ്പിളക്കുട്ടികൾ' അവയ്ക്കെതിരെ തിരിഞ്ഞത് സ്വാഭാവികം മാത്രമായിരുന്നു.[48] 1849 സെപ്തംബർ നാലിന്, അങ്ങാടിപ്പുറത്ത് ഘോരമായ പോരാട്ടം നടന്നു. 66 മാപ്പിളപ്പോരാളികളാണ് യൂറോപ്യൻമാർക്കെതിരെ പോരാടിയത്. അവരിൽ ഒരു കുട്ടിയൊഴികെ എല്ലാവരും കൊല്ലപ്പെട്ടു. യൂറോപ്യൻ ഭാഗത്ത് ആളപായമില്ല, ഏതാനും പേർക്കു പരുക്കേറ്റു.

മഞ്ചേരി കലാപത്തിനുള്ള മുഖ്യകാരണം മതപരമല്ല എന്ന്, അത്തൻ ഗുരുക്കളുടേതായി മഞ്ചേരി ക്ഷേത്രത്തിൽ നിന്നും അദ്ദേഹത്തിന്റെ മരണശേഷം കണ്ടെടുത്ത, കുറിപ്പ് വ്യക്തമാക്കുന്നു: കഴിഞ്ഞ കുറേ വർഷങ്ങളായി, മലബാറിലെ ഉൾനാടൻ മുസൽമാൻമാർ അനുഭവിക്കുന്ന കൊടിയ ദുരിതങ്ങളെക്കുറിച്ച് ഗവൺമെന്റിന് ഒട്ടും പരിഗണനയുണ്ടായിരുന്നില്ല. രാജ്യം അവരുടെ (ബ്രിട്ടീഷുകാരുടെ) ഭരണത്തിലായതിനുശേഷം, ഹിന്ദുക്കളിൽ നിന്നുള്ളവരാണ് ഭൂരിഭാഗം ഉദ്യോഗസ്ഥരും. അവരും മലബാറിലെ ഭൂപ്രഭുക്കളും നാടുവാഴികളായ ഭൂപ്രഭുക്കളും തമ്മിലുള്ള ബന്ധം അച്ഛനും മക്കളും പോലെയാണ്. മേനോൻമാരും കാര്യസ്ഥൻമാരും പോലെ, അടിയാൻമാരും കുടിയാൻമാരും പോലെ പരസ്പ

രാശ്രിതരാണ്. ഐക്യമുന്നണിയായി, പൊലീസിലും കോടതിയിലും ഭൂമി പണയം എടുത്ത സമ്പന്ന മുസ്ലീകൾക്കെതിരായി, അവരുടെയും കുടുംബത്തിന്റെയും ജീവിതവൃത്തിക്കാധാരമായ ഭൂമി ഒഴിപ്പിച്ചെടുക്കുന്നതിനുവേണ്ടി ഇവർ പരാതിപ്പെടുന്നു. കേസിനെക്കുറിച്ച് ഒന്നും മനസിലാക്കാതെ സർക്കാർ അവർക്ക് അനുകൂലമായി വിധിക്കുന്നു: അവരുടെ വാദഗതികൾ അംഗീകരിച്ച് നിയമം നടപ്പിലാക്കുന്നു. ഇങ്ങനെ, ഒട്ടേറെ കേസുകളിലൂടെ വിലപിടിപ്പുള്ള സമ്പത്തുകളെല്ലാം കൈവശപ്പെടുത്തിക്കൊണ്ടിരിക്കുന്നു. ഇത്തരം കേസുകളിൽ നിന്നും രക്ഷപ്പെടാൻ കൈക്കൂലിയും പാരിതോഷികങ്ങളും നൽകാൻ മുസൽമാൻമാർ നിർബന്ധിതരായിത്തീരുന്നു.[49]

മാപ്പിളമാർ പൊതുവെ അനുഭവിക്കുന്ന ഈ പ്രശ്നങ്ങളോടൊപ്പം ബ്രിട്ടീഷു ഭരണത്തിനു കീഴിലുള്ള തന്റെ വ്യക്തിപരമായ അനുഭവങ്ങളും പോരാട്ടത്തിന്റെ മാർഗം സ്വീകരിക്കാൻ അത്തൻ ഗുരുക്കളെ പ്രേരിപ്പിച്ചു. പോരാട്ടത്തിന്റെ പാത സ്വീകരിച്ച മാപ്പിളകുടിയാൻമാരിൽ ഭൂരിഭാഗവും ജിഹാദിന്റെ പേരിലാണ് ആ പാത തിരഞ്ഞെടുത്തതെന്ന ധാരണ, സാധാരണമായി കൊളോണിയൽപക്ഷ എഴുത്തുകാരും മറ്റും പറയാറുണ്ട്. എന്നാൽ അത്തൻഗുരുക്കളുടെ കാര്യത്തിലെങ്കിലും ആ വാദം ശരിയല്ല എന്നു കാണാം; "ഞാൻ അങ്ങേയറ്റത്തെ അപമാനത്തിന് വിധേയനാക്കപ്പെടുമെന്ന് ഉറപ്പാണ്. അതാണ് ഞങ്ങളിങ്ങനെ ഒത്തുചേരാനുണ്ടായ കാരണം. അങ്ങേയറ്റത്തെ അപമാനവും കൊടിയ ദുരിതവുമില്ലെങ്കിൽ ഒരാളും അവന്റെ ജീവൻ വലിച്ചെറിയാൻ തയാറാകില്ലെന്ന്, ലിഖിതരൂപേണ വ്യക്തമാക്കേണ്ടത് അത്യാവശ്യമാണ്.[50]" മഞ്ചേരി കലാപത്തിന്റെ; ആരും അടിവരയിടാത്ത കാരണങ്ങളിലേക്ക് അത്തൻഗുരുക്കൾ വിരൽചൂണ്ടുന്നു. ഇതോടൊപ്പം തന്നെ, കേവലം മതപരമായ പരിഗണനവെച്ചും കലാപത്തിൽ പങ്കെടുത്തവരുണ്ടായിരുന്നു. കുഞ്ഞിക്കോയ തങ്ങളുടെ പ്രസ്താവന, കലാപത്തിന്റെ മതപരമായ മാനത്തിലേക്കും 'പരമ്പരാഗത ബുദ്ധിജീവികൾ' സമൂഹത്തിൽ നിർവഹിക്കേണ്ട പങ്കിലേക്കും വിരൽ ചൂണ്ടുന്നു: "മതപരമായ ശാസനയുടെ തേട്ടമനുസരിച്ച്, മുസൽമാൻ സമൂഹത്തിലെ ഒരാൾ ഏതെങ്കിലും വിധത്തിലുള്ള പ്രയാസമോ വിപത്തോ അഭിമുഖീകരിക്കുന്നുണ്ടെങ്കിൽ അവരുടെ കൂടെച്ചേർന്ന് അവരോടൊപ്പം മരണം വരിക്കണ്ടത് 'സയ്യിദുകളുടെ' ചുമതലയാണ്. അവരുടെ പരിതാപകരമായ അവസ്ഥ കണ്ട്, ദൈവത്തെയോർത്ത് ഞാൻ അവരോടൊപ്പം ചേർന്നു. ഇതിനുശേഷം ആവശ്യമായ അന്വേഷണം നടത്തി മുസൽമാൻമാരുടെ പരാതികൾ പരിഹരിച്ചില്ലെങ്കിൽ, അവരെ സംരക്ഷിച്ചില്ലെങ്കിൽ, അവരെ പീഡിപ്പിക്കുന്നത് തുടരുകയാണെങ്കിൽ ഇത്തരം സംഭവങ്ങൾ ആവർത്തിക്കും'.[51]

കൊളത്തൂർ കലാപം

വള്ളുവനാട് താലൂക്കിൽ മങ്കട വില്ലേജിലെ എണ്ണപ്പെട്ട ഭൂപ്രഭുക്ക

ളായിരുന്നു കോട്ടപ്പറമ്പത്ത് കോമുമേനോനും സഹോദരൻ ഇട്ടുണ്ണിമേനോനും. മങ്കട വില്ലേജിലെ മുൻ അധികാരിയും വള്ളുവനാട് രാജയുടെ കാര്യസ്ഥനുമെന്ന നിലയ്ക്ക് കോമുമേനോന് സമൂഹത്തിൽ വലിയ സ്വാധീനമുണ്ടായിരുന്നു. തന്റെ സ്ഥാനമാനങ്ങൾ കുടിയാൻമാരെ ദ്രോഹിക്കാൻ അദ്ദേഹം ഉപയോഗിച്ചിരുന്നു. കുടിയൊഴിപ്പിക്കൽ, മേൽച്ചാർത്ത്, ഋണബാധിതരിൽ നിന്നും ഭൂമി പിടിച്ചെടുക്കൽ തുടങ്ങിയ ദ്രോഹനടപടികൾ അദ്ദേഹം അവലംബിച്ചിരിക്കുന്നു.[52] കൊളത്തൂർ കലാപത്തിൽ പങ്കെടുത്ത കുണ്ടത്തൊടിയിൽ ഉണ്ണിരായൻ കോമുമേനോന്റെ കുടിയാനായിരുന്നു. ഉണ്ണിരായന്റെ വേവലാതികളെപ്പറ്റി കൊണോലി സൂചിപ്പിക്കുന്നുണ്ട്.[53] മാപ്പിളമാരോട് കോമുമേനോനുള്ള കൊടിയ വിരോധത്തെപ്പറ്റിയും ധാരാളം സൂചനകൾ രേഖകളിൽ കാണാം. അദ്ദേഹത്തിന്റെ സഹോദരൻ ഇട്ടുണ്ണി രാമമേനോൻ കൊള്ളപ്പലിശയ്ക്ക് പണം നൽകി പാവങ്ങളെ ചൂഷണം ചെയ്യുന്നവനായിരുന്നു. കലാപത്തിൽ പങ്കെടുത്തവരിൽ രണ്ടുപേർ ഇദ്ദേഹത്തിന്റെ ദ്രോഹങ്ങൾക്ക് വിധേയരായവരായിരുന്നു. കൊളത്തൂർ കലാപത്തിൽ പങ്കെടുത്തവരെല്ലാം ഈ രണ്ടു ജന്മിമാരുടെ കുടിയാന്മാരോ തൊഴിലാളികളോ ആയിരുന്നു. കോമുമേനോൻ 1851 ആഗസ്റ്റ് 22ന് വധിക്കപ്പെട്ടു. തുടർന്ന് ഇട്ടുണ്ണി രാമമേനോനും മറ്റൊരു ജന്മിയായ കടക്കോട്ടിൽ നമ്പൂതിരിയും വധിക്കപ്പെട്ടു. ഇവരുടെ കുടുംബാംഗങ്ങളാരുംതന്നെ ആക്രമിക്കപ്പെട്ടില്ല. പണംപലിശയ്ക്കു കൊടുക്കുന്ന ചങ്ങരവാര്യരും വധിക്കപ്പെട്ടു. ചുരുക്കത്തിൽ, കലാപകാരികളുടെ ഇരകളായത് കുടിയാൻമാരെ ദ്രോഹിക്കുന്ന ജന്മിമാരും കൊള്ളപ്പലിശ ഈടാക്കുന്നവരുമായിരുന്നു.

പതിനേഴോളം കലാപകാരികൾ കൊളത്തൂർ വാര്യരുടെ മനയിലേക്ക് മാർച്ചു ചെയ്തു. ഏറനാട്, വള്ളുവനാട്, പാലക്കാട് താലൂക്കുകളിലായി വ്യാപിച്ചുകിടക്കുന്ന വമ്പിച്ച ഭൂസ്വത്തിന്റെ അവകാശിയായിരുന്നു കൊളത്തൂർ വാര്യർ. വർഷംതോറും ഏകദേശം ഇരുപതിനായിരം രൂപ പാട്ടം ലഭിച്ചിരുന്നു. ടിപ്പുവിന്റെ ആക്രമണകാലത്ത് അദ്ദേഹം തിരുവിതാംകൂറിൽ അഭയം തേടി. ബ്രിട്ടീഷുകാരുടെ കാലത്ത് തിരിച്ചെത്തി. കലാപകാരികൾ വാര്യരെ കൊലപ്പെടുത്തുകയും ആധാരങ്ങളും മറ്റും നശിപ്പിക്കുകയും ചെയ്തു. ബ്രിട്ടീഷ്പട്ടാളം കലാപം ഒതുക്കി. മുഴുവൻ കലാപകാരികളും വധിക്കപ്പെട്ടു. മമ്പുറം തങ്ങൻമാരുടെ അധ്യാപനങ്ങളാണ് കലാപത്തിനു കാരണമെന്ന് ബ്രിട്ടീഷ് അധികൃതർ വിശ്വസിച്ചു.[54] മേലുമാവിൽ എമാലുക്കുട്ടിയെപ്പോലുള്ള ധനാഢ്യരായ മാപ്പിളമാർ കലാപമുണ്ടാക്കുന്നതിൽ പങ്കു വഹിച്ചിട്ടുണ്ട്.

മട്ടന്നൂർ കലാപം

വടക്കെ മലബാറിൽ നടന്ന പ്രമാദമായ കലാപമാണ് മട്ടന്നൂർ കലാപം. കൽപ്പാട്ടിൽ തമ്പ്രാന് എതിരായി അദ്ദേഹത്തിന്റെ മാപ്പിളകുടി

യാന്മാർ നടത്തിയ കലാപമാണിത്. മട്ടന്നൂരിലെ പ്രമുഖനായ ഭൂപ്രഭു, പലിശക്കാരൻ, കുരുമുളകു വ്യാപാരി എന്നീ നിലകളിലെല്ലാം അദ്ദേഹം അറിയപ്പെട്ടിരുന്നു. 30 മാപ്പിളകുടിയാന്മാരുണ്ടായിരുന്നു അദ്ദേഹത്തിന്. കുടിയാന്മാരോടുള്ള ക്രൂരമായ സമീപനത്തിൽ ഒട്ടും മോശമായിരുന്നില്ല. പ്രസ്തുത കലാപത്തിൽ പങ്കെടുത്തവരിൽ ചിലർ മമ്പുറം സന്ദർശിച്ചിരുന്നു. 200ൽപ്പരം കലാപകാരികൾ കല്ലാട്ടിൽ തമ്പ്രാന്റെ വീട് ആക്രമിച്ചു. തമ്പ്രാനെയും 15 കുടുംബാംഗങ്ങളെയും വധിച്ചു. ഭൂമിയുമായി ബന്ധപ്പെട്ട എല്ലാ രേഖകളും നശിപ്പിച്ചു. വീടിനു തീ വയ്ക്കുകയും 7000 ക. കൊള്ളയടിക്കുകയും ചെയ്തു.[55] മുസ്ലീം ധനാഢ്യനായ വളപ്പിലകത്ത് ഹസ്സൻകുട്ടിയുടെ പ്രേരണപ്രകാരം അവർ സ്ഥലത്തെ ധനാഢ്യനും ഭൂപ്രഭുവുമായ കുളിയത്ത് ആനന്ദന്റെ വീടാക്രമിച്ചു. ആനന്ദന്റെ മുന്നൂറോളം വരുന്ന അംഗരക്ഷകർ മാപ്പിളകലാപകാരികളെ ഒതുക്കി. ധനാഢ്യരും സ്വാധീനമുള്ളവരുമായ വ്യക്തികൾ സാധാരണക്കാരുടെ സമരത്തെ എവ്വിധം ഹൈജാക്ക് ചെയ്യുന്നുവെന്നതിന്റെ എക്കാലത്തെയും ഏറ്റവും മികച്ച ഉദാഹരണമാണ് മട്ടന്നൂർ കലാപം!

കലാപങ്ങളിൽ സയ്യിദ് ഫസലിന്റെ പങ്ക്

19-ാം നൂറ്റാണ്ടിന്റെ മധ്യത്തിൽ നടന്ന മൂന്നു പ്രധാന കലാപങ്ങളിൽ സയ്യിദ് ഫസലിന്റെ പങ്കിനെക്കുറിച്ച് വ്യത്യസ്ത അഭിപ്രായങ്ങളുണ്ട്. 1849 ലെ കലാപത്തെക്കുറിച്ച് വിശദമായ റിപ്പോർട്ട് തയാറാക്കിയ റോബിൻസൺ ഒരിക്കൽ മാത്രമേ മമ്പുറം തങ്ങളെക്കുറിച്ച് പരാമർശിക്കുന്നുള്ളൂ.[56] കൊണോലിയാകട്ടെ തിരൂരങ്ങാടി തങ്ങളാണ് കലാപത്തിനു പിന്നിലെന്ന് ഉറച്ചു വിശ്വസിച്ചു.[57]

ഹദ്റാമി സയ്യിദുമാർ പൊതുവെ ബ്രിട്ടീഷു വിരോധികളായിരുന്നു. ഇക്കാര്യത്തെക്കുറിച്ച് ടി ഇ സെർജന്റ് തന്റെ ലഘുകൃതിയായ *Sayyids of Hadramont*-ൽ സൂചിപ്പിക്കുന്നുണ്ട്. ബാ-അലവി സയ്യിദുകൾ പരമ്പരാഗതമായി നിലനിർത്തിപ്പോന്ന 'അനുഗ്രഹം നൽകൽ' (Institution of Blessing) ചടങ്ങാണ് കലാപത്തിലുള്ള തങ്ങന്മാരുടെ പങ്കിനെക്കുറിച്ച് അധികൃതർക്കിടയിൽ സംശയമുണ്ടാക്കിയത്. ദിനംപ്രതി മമ്പുറത്ത് ദർശനത്തിനും അനുഗ്രഹത്തിനുമെത്തുന്ന ഭക്തർക്കിടയിൽ കലാപകാരികളുമുണ്ടായിരുന്നു. കലാപത്തിലുള്ള പങ്കിനെക്കുറിച്ചുള്ള അധികൃതരുടെ കണ്ടെത്തലിനെ സയ്യിദ് ഫസൽ നിരാകരിച്ചിട്ടുണ്ട്.[58] ഒട്ടുമുക്കാൽ കലാപങ്ങളും നടന്നത് തിരൂരങ്ങാടിക്ക് അടുത്ത പ്രദേശങ്ങളിലും തങ്ങളുടെ സ്വാധീനവലയത്തിലും ആയതുകൊണ്ട് സയ്യിദ് ഫസലിന്റെ പ്രസ്താവന അധികൃതർ നിരാകരിച്ചു. ഒട്ടുമുക്കാൽ കലാപകാരികളും ഓപ്പറേഷന് മുമ്പ് മമ്പുറത്തെത്തി അനുഗ്രഹം തേടിയതായും അവർ ആരോപിച്ചു. കലാപകാരികളിൽ ചിലരൊക്കെ മമ്പുറം തങ്ങന്മാരുടെ അനുയായികളുമായിരുന്നു. മട്ടന്നൂർ കലാപം സയ്യിദ് ഫസലിന്റെ പങ്കാളിത്തത്തിന്

തെളിവായി ഉദ്ധരിക്കപ്പെട്ടു. വടക്കെ മലബാറിൽ പൊതുവെ മമ്പുറത്തേക്ക് തീർഥാടനം പതിവില്ല. വടക്കെ മലബാറിലെ മുസ്ലീങ്ങളുടെ മതനേതൃത്വം ഖാസിമാരിൽ നിക്ഷിപ്തമായിരുന്നു. അത്തരമൊരു സാഹചര്യത്തിൽ കലാപകാരികളിൽ ചിലർ മമ്പുറം സന്ദർശിച്ചത് കൗതുകകരമാണ്. ഇതിന്റെ വെളിച്ചത്തിൽ സയ്യിദ് ഫസലിനെ ഉടനടി അറസ്റ്റ് ചെയ്യണമെന്ന് റോബിൻസൺ ആവശ്യപ്പെട്ടു.[59]

താഴെപ്പറയുന്ന ന്യായങ്ങളുടെ അടിസ്ഥാനത്തിലാണ് സയ്യിദ് ഫസലിനെ കലാപങ്ങളുമായി ബന്ധപ്പെടുത്തുന്നത്. തിരൂരങ്ങാടിയുടെ പരിസര പ്രദേശങ്ങളിലാണ് കലാപങ്ങളുണ്ടായത്; പ്രതികളിൽ പലരും തങ്ങളുടെ അനുയായികളാണ്; മാപ്പിള പോരാളികളുടെ ധീരോദാത്തമായ ചെറുത്തുനിൽപ്പിന്റെ ഗാഥകൾ (പടപ്പാട്ട്) സമർപ്പിക്കപ്പെട്ടിട്ടുള്ളത് മമ്പുറം തങ്ങൾക്കാണ്. ഏറക്കുറെ എല്ലാ മാപ്പിള പോരാളികളും ഓപ്പറേഷനു മുമ്പ് മമ്പുറം സന്ദർശിച്ചിട്ടുണ്ട്. 19-ാം നൂറ്റാണ്ടിലെ മാപ്പിള കലാപങ്ങളെ രണ്ട് ഘട്ടമായി തിരിക്കാം. 1836 മുതൽ 1843 വരെ, 1849 മുതൽ 1853 വരെ. ഇതിനിടയ്ക്കുള്ള കലാപരഹിതകാലത്ത് സയ്യിദ് അലവി തങ്ങൾ മരണപ്പെടുകയും പുത്രൻ സയ്യിദ് ഫസൽ അറേബ്യയിലുമായിരുന്നു. തങ്ങന്മാരുടെ സാന്നിധ്യം കലാപഹേതുവാകുന്നുവെന്ന നിഗമനത്തിലെത്താൻ അധികൃതരുടെ ന്യായം ഇതായിരുന്നു. സ്റ്റീഫൻ ഫ്രെഡറിക് ഡയലിന്റെ അഭിപ്രായത്തിൽ, മൂന്ന് രീതിയിലുള്ള തെളിവുകൾ കലാപത്തിലുള്ള സയ്യദ് ഫസലിന്റെ പങ്ക് വ്യക്തമാക്കുന്നു. 1. ചില ഷഹീദുകളുമായുള്ള അദ്ദേഹത്തിന്റെ അടുത്തബന്ധം 2. അദ്ദേഹത്തിന്റെ മതപരമായ വീക്ഷണവും തത്വങ്ങളും 3. അദ്ദേഹത്തിന്റെ വ്യക്തിത്വവും. രാഷ്ട്രീയ നിലപാടുകളും വ്യക്തമാക്കിയ, ഓട്ടോമൻ - അറബ് രാഷ്ട്രീയത്തിലെ പിൽക്കാല പങ്ക്.[60]

ജന്മിത്വത്തിനും സവർണരുടെ സാമൂഹിക അത്യാചാരങ്ങൾക്കുമെതിരെയുള്ള സയ്യിദ് ഫസലിന്റെ ഉറച്ചനിലപാട് വ്യക്തമാക്കുന്നതാണ്, അദ്ദേഹത്തിന്റെ അധ്യാപനങ്ങൾ. കുടിയൊഴിപ്പിക്കുന്ന ജന്മിയെ വധിക്കുന്നത് പാപമല്ല, പുണ്യമാണെന്ന് അദ്ദേഹം സിദ്ധാന്തിക്കുന്നു.[61] ഇത്തരം അധ്യാപനങ്ങളുടെയും സാഹചര്യതെളിവുകളുടെയും അടിസ്ഥാനത്തിലാണ്, 19-ാം നൂറ്റാണ്ടിലെ മാപ്പിളകലാപങ്ങളിൽ സയ്യിദ് ഫസലിനു പങ്കുണ്ടെന്ന നിഗമനത്തിൽ അധികൃതർ എത്തിയത്.

സയ്യിദ് ഫസൽ മാപ്പിളമാർക്കിടയിൽ പ്രത്യേകിച്ചും കീഴാളവർഗത്തിനിടയിൽ പൊതുവെയും നേടിയെടുത്ത സ്വീകാര്യത സവർണ ജന്മിത്വ കൊളോണിയൽ കൂട്ടുകെട്ടിന് ദഹിക്കുന്നതായിരുന്നില്ല. സയ്യിദ് ഫസലിന്റെ നേതൃത്വത്തിൽ ഒരു സമാന്തര അധികാരഘടന രൂപപ്പെട്ടു വരുന്നതിന്റെ ഭവിഷ്യത്ത് അവർക്ക് എളുപ്പം പിടികിട്ടി. കൊണോലിയുടെ നിഗമനത്തിൽ സയ്യിദ് ഫസൽ എല്ലാ അർഥത്തിലും അപകടകാരിയാണ്. പൊലീസ് അദ്ദേഹത്തിനു മുമ്പിൽ നിഷ്പ്രഭമാണ്. അദ്ദേഹം എല്ലാ

വിധ അധികാരകേന്ദ്രങ്ങൾക്കും അതീതനാണ്.[62] ഇതിനു ഉദാഹരണമായി കൊണോലി ഒരു സംഭവം ഉദ്ധരിക്കുന്നു: കച്ചേരിയിലെ മുഖ്യഗുമസ്തന്റെ ബന്ധുവായ ചാത്തുമേനോൻ എന്ന മദ്യപാനി സയ്യിദ് ഫസലിന്റെ പുത്രന്മാരെ ഭീഷണിപ്പെടുത്തി. തങ്ങളുടെ ആൾക്കാർ മുഖ്യപൊലീസ് ഓഫീസറെ സമീപിച്ച് ചാത്തുമേനോനെ അറസ്റ്റു ചെയ്യണമെന്നാവശ്യപ്പെട്ടു. അദ്ദേഹത്തെ അവരോടൊപ്പം വിടാനും അപേക്ഷിച്ചു. അതനുസരിച്ചു ചാത്തുമേനോനെ തങ്ങളുടെ അടുത്തേക്ക് അയച്ചു. നല്ല ഉപദേശങ്ങൾ നൽകി തങ്ങൾ മേനോനെ പറഞ്ഞയച്ചു.[63] മറ്റൊരു സംഭവത്തിൽ ഏതാനും മാപ്പിളമാർ വട്ടുനാടിലെ താസിൽദാരെ സമീപിച്ചു, ഒരു പശുവിനെക്കുറിച്ചുള്ള തർക്കം താസിൽദാർ തീർപ്പുകൽപ്പിക്കുന്നതിലും ഭേദം സയ്യിദ് ഫസലിന്റെ തീർപ്പിനു വിടുകയാണ് നല്ലതെന്നും അതാണവർക്ക് ഇഷ്ടമെന്നും പറഞ്ഞു.[64] ഈ സംഭവങ്ങൾ വിവരിച്ചുകൊണ്ട്, തങ്ങളും അദ്ദേഹത്തിന്റെ ആൾക്കാരും പെരുമാറിയ സ്വഭാവം നോക്കുമ്പോൾ, അവർ സർക്കാരിനെ ഭയക്കുന്നില്ലെന്നുവേണം കരുതാൻ എന്നാണ് മറ്റൊരുദ്യോഗസ്ഥൻ അഭിപ്രായപ്പെട്ടത്.[65]

ടി എൽ സ്ട്രേഞ്ച് റിപ്പോർട്ട്

കൊണോലിയുടെ ആവശ്യപ്രകാരം കലാപങ്ങളെക്കുറിച്ച് വിശദമായി അന്വേഷിക്കുന്നതിനു അധികൃതർ 1852 ഫെബ്രുവരിയിൽ ടി എൽ സ്ട്രേഞ്ചിനെ ഏകാംഗ കമ്മീഷനായി നിയമിച്ചു. കമ്മീഷന്റെ മുഖ്യ ദൗത്യം കലാപകാരണങ്ങൾ കണ്ടെത്തുക, മമ്പുറം തങ്ങൾക്കെതിരെ എന്തു നടപടി സ്വീകരിക്കണമെന്ന് ശുപാർശ ചെയ്യുക, മാപ്പിള മതഭ്രാന്തരിൽ നിന്നും ബ്രാഹ്മണ-നായർ വിഭാഗങ്ങൾക്ക് സംരക്ഷണം നൽകാനാവശ്യമായ നടപടികൾ നിർദേശിക്കുക തുടങ്ങിയവയായിരുന്നു[66]. മതഭ്രാന്താണ് കലാപങ്ങളുടെ മുഖ്യഹേതു എന്ന മുൻധാരണയിലാണ് കമ്മീഷനെ നിയമിച്ചതെന്നു വ്യക്തം. ടി എൽ സ്ട്രേഞ്ച് മേൽപ്പറഞ്ഞ നിർദേശങ്ങൾ ശിരസാവഹിച്ചുകൊണ്ട് 1852 സെപ്തംബർ 25 ന് തന്റെ റിപ്പോർട്ട് സമർപ്പിച്ചു.

1836-52 കാലത്ത് നടന്ന 31 കലാപങ്ങളെക്കുറിച്ച് വിശദമായി അദ്ദേഹം റിപ്പോർട്ടിൽ സൂചിപ്പിക്കുന്നുണ്ട്. പരമപ്രധാനമായ കാരണം മാപ്പിളമാരുടെ മതഭ്രാന്താണ് എന്ന് അദ്ദേഹം സിദ്ധാന്തിക്കുന്നു. ജന്മി-കുടിയാൻ പ്രശ്നങ്ങളാണ് കലാപത്തിന് കാരണമെന്ന വാദഗതി അദ്ദേഹം നിരാകരിക്കുന്നു. മാപ്പിളമാർക്കിടയിൽ മതഭ്രാന്ത് കുത്തിവെക്കുന്നത് പുരോഹിതരാണെന്നും അദ്ദേഹം കണ്ടെത്തി.[67] ഉദ്യോഗസ്ഥ - പ്രമാണിവർഗത്തിന്റെ സാക്ഷ്യപത്രങ്ങളിലൂടെ സയ്യിദ് ഫസലിന് കലാപത്തിലുള്ള പങ്കിന് ടി എൽ സ്ട്രേഞ്ച് അടിവരയിട്ടു.[68] വളരെ കടുത്ത നടപടികൾ കൊണോലിയും, ടി എൽ സ്ട്രേഞ്ചും നിർദേശിച്ചു. മാപ്പിളമാരെ നിരായുധീകരിക്കുക, മാപ്പിളപ്പോരാളികളുടെ സ്വത്ത് സർക്കാരി

ലേക്ക് മുതൽ കൂട്ടുക, പോരാളികളെ നാടുകടത്തുക, കലാപകാരികളെ സഹായിക്കുന്നവരെയും, അവരെക്കുറിച്ച് വിവരം നൽകാത്തവരെയും തടവിലിടുക, മാപ്പിളമാർക്ക് ജന്മാവകാശമുള്ള ഭൂമിയിൽപോലും പള്ളി പണിയുന്നത് തടയുക തുടങ്ങിയ നിർദേശങ്ങളെല്ലാം മുന്നോട്ടുവെച്ചു.[69] ഈ നിർദേശങ്ങളുടെ വെളിച്ചത്തിൽ മൂന്നു നിയമങ്ങൾ നിർമിക്കുകയും ചെയ്തു. (1) മാപ്പിളകലാപങ്ങൾ അടിച്ചമർത്തൽ നിയമം (2) പള്ളിനിർമാണം നിയന്ത്രിച്ചുകൊണ്ടുള്ള നിയമം (3) ആയുധം കൈവശം വെക്കുന്നത് നിയന്ത്രിച്ചുകൊണ്ടുള്ള നിയമം.

മജിസ്ട്രേറ്റിന്റെ അനുവാദമില്ലാതെ പള്ളി പണിയാൻ പാടില്ലെന്ന നിയമം ഇ എം എസിന്റെ നേതൃത്വത്തിലുള്ള ഒന്നാം കമ്യൂണിസ്റ്റ് മന്ത്രിസഭയാണ് എടുത്തുകളഞ്ഞത് (Order No: 456410/57/P2 dated June 7, 1957). സ്ട്രേഞ്ച് റിപ്പോർട്ടിലെ പല നിർദേശങ്ങളും സർക്കാർ തള്ളിയെങ്കിലും 1854 ലെ മാപ്പിള ഔട്ട്റേജസ് ആക്ടിന്റെയും മാപ്പിള വാർനൈവ്സ് ആക്ടിന്റെയും മുഖ്യപ്രചോദകശക്തി സ്ട്രേഞ്ച് റിപ്പോർട്ട് തന്നെയാണ്.

നാടുകടത്തൽ

സയ്യിദ് ഫസൽ 1852 ൽ സ്വമനസാലെ നാടുവിട്ടതാണോ, ബ്രിട്ടീഷ് അധികൃതർ നിർബന്ധപൂർവം നാടുകടത്തിയതാണോയെന്നത് ചിലർക്കെങ്കിലും ഇന്നും ഒരു വിവാദ വിഷയമാണ്. ടി എൽ സ്ട്രേഞ്ച് കമ്മീഷൻ റിപ്പോർട്ട് സമർപ്പിക്കുന്നതിനു മുമ്പുതന്നെ, 1852 ഫെബ്രുവരി 12ന് ഇറക്കിയ മദ്രാസ് ഗവൺമെന്റ് ഉത്തരവുപ്രകാരം, ഭരണകൂടത്തിന് നിരന്തരം വെല്ലുവിളികൾ സൃഷ്ടിച്ചിരുന്ന സയ്യിദ് ഫസലിനെ നാടുകടത്താൻ തീരുമാനിച്ചിരുന്നു.[70] നാടുകടത്തലിന്റെ നടപടിക്രമങ്ങൾക്ക് രൂപം നൽകിയത് കലക്ടർ കൊണോലിയും മറ്റു ഉദ്യോഗസ്ഥരുമായിരുന്നു. തിരൂരങ്ങാടി പള്ളി പരിസരത്ത് യൂറോപ്യൻ സൈനികവിന്യാസവും പട്ടാളനടപടിയിലൂടെ തങ്ങളെ നാടുകടത്തുന്നതിനെ കുറിച്ചും കൊണോലി ആലോചിക്കുന്നുണ്ട്. അത്തരം സമീപനം രൂക്ഷമായ പ്രതിഷേധത്തിനും രക്തച്ചൊരിച്ചിലിനും കാരണമാകുമെന്ന് അദ്ദേഹം തന്നെ ഭയന്നിരുന്നു. നാടുകടത്തൽ ഉത്തരവിനോട് സയ്യിദ് ഫസൽ എങ്ങനെ പ്രതികരിക്കുമെന്ന് കൊണോലിക്ക് ഭയമുണ്ടായിരുന്നു. യൂറോപ്യൻ സൈന്യത്തിന് എതിരെ തുറന്ന പോരാട്ടത്തിന് തങ്ങൾ തയാറാകുമോയെന്ന ശങ്ക അദ്ദേഹത്തിനുണ്ടായിരുന്നു.[71] മി ഖബ്ബന്റെ നേതൃത്വത്തിലുള്ള മൈസൂർകുതിരപ്പടയുടെ സേവനം തങ്ങളെ പിടിക്കാൻ ഉപയോഗപ്പെടുത്തുന്നതിനെക്കുറിച്ചും അദ്ദേഹം ഗൗരവമായി ആലോചിച്ചു. ഇത്തരം ഉന്നതതലത്തിലുള്ള ആലോചനകൾ വ്യക്തമാക്കുന്നത്, സയ്യിദ് ഫസൽ ഭരണകൂടത്തെ സംബന്ധിച്ചിടത്തോളം ഒരു പ്രശ്നമായിരുന്നുവെന്നു തന്നെയാണ്. പലരും സൂചിപ്പിക്കുന്നപോലെ സയ്യിദ് ഫസൽ സ്വരാജ്യം വിട്ടുപോയത്

സ്വമനസാലെയല്ലായെന്നാണ്.

മേൽസൂചിപ്പിച്ച നടപടിക്രമങ്ങളെല്ലാം പ്രശ്നം വഷളാക്കാനും മാപ്പിളപ്പോരാട്ടങ്ങൾക്ക് ആക്കം കൂട്ടാനുമേ ഉപകരിക്കുകയുള്ളുവെന്ന് കൂടുതൽ വിചിന്തനത്തിനുശേഷം കൊണോലി മനസിലാക്കി. അതുകൊണ്ട് 'നിർബന്ധപൂർവം', 'സ്വമേധയാ' രാജ്യം വിടാൻ 'പ്രേരിപ്പിക്കൽ'[72] നയം നടപ്പിലാക്കാൻ തീരുമാനിച്ചു. ഈ നയത്തിന്റെ പ്രത്യേകത പ്രത്യക്ഷത്തിൽ ഇത്തരമൊരു നിലപാട് വ്യക്തി സ്വയം തെരഞ്ഞെടുത്തതാണെന്ന് ബഹുജനങ്ങളെ ബോധ്യപ്പെടുത്താൻ സാധിക്കും എന്നതാണ്. അതേസമയം ഇലയ്ക്കും മുള്ളിനും കേടില്ലാതെ സാമ്രാജ്യത്വത്തിന്റെ അജണ്ട നടപ്പിലാക്കാൻ പറ്റുകയും ചെയ്യും. മലബാറിലെ അസി. കലക്ടറായിരുന്ന റോബിൻസൺ, സയ്യിദ് ഫസലിനെ കോൺസ്റ്റിറ്റ്യൂഷനൽ ട്രിബ്യൂണൽ മുമ്പാകെ ഹാജരാക്കി വിചാരണ ചെയ്ത് ശിക്ഷിക്കണമെന്നുപോലും നിർദേശിച്ചു.[73]

സ്വമേധയാ മലബാർ വിട്ടുപോകാൻ സയ്യിദ് ഫസലിനെ പ്രേരിപ്പിക്കുന്നതിന് മലബാറിലെ ഹിന്ദുക്കളും മുസ്ലീങ്ങളുമായിട്ടുള്ള, തങ്ങളുമായി അടുത്ത ബന്ധം പുലർത്തുന്ന പ്രമുഖ വ്യക്തികളുടെ സേവനം ഉപയോഗിക്കാൻ കൊണോലി തീരുമാനിച്ചു. അതനുസരിച്ച് ഏറനാട് താസിൽദാർ കുട്ടൂസ, ഡെപ്യൂട്ടി കലക്ടർ സി കണാരൻ, തങ്ങളുടെ ബന്ധുവും ബ്രിട്ടീഷ് അനുകൂലിയുമായ ആറ്റക്കോയ തങ്ങൾ തുടങ്ങിയവരെ തങ്ങളുമായി സംസാരിക്കാൻ ഏർപ്പാടു ചെയ്തു. 1852 മാർച്ച് 14 ന് കുട്ടൂസയും സി കണാരനും തങ്ങളുമായി സംസാരിച്ചു. "എന്ത് കുറ്റമാണ് ഞാൻ ചെയ്തത്?" എന്ന തങ്ങളുടെ ചോദ്യത്തിന് ഉത്തരം നൽകാൻ അവർക്കായില്ല.[74] അറേബ്യയിലേക്ക് തങ്ങളെ അയക്കുന്നതിനുവേണ്ടി ആറ്റക്കോയ തങ്ങൾ നിരന്തരമായി അദ്ദേഹവുമായി ബന്ധപ്പെട്ടു. ഈ സന്ദർഭങ്ങളെ അതിജീവിക്കാനാകാതെ അവസാനം സയ്യിദ് ഫസൽ മലബാർ വിടാൻ തീരുമാനിച്ചു.

മലബാറിലെ കലക്ടറായിരുന്ന വില്യം ലോഗൻ സയ്യിദ് ഫസലിന്റെ നാടുകടത്തലുമായി ബന്ധപ്പെട്ട് അധികമൊന്നും അറിയപ്പെടാത്ത ചില വസ്തുതകളിലേക്ക് വെളിച്ചം വീശുന്നുണ്ട്. കുടിയൊഴിപ്പിക്കുന്ന ജന്മിമാർക്കെതിരെ സയ്യിദ് ഫസൽ ഇറക്കിയ ഫത്വ, തിരൂരങ്ങാടി പള്ളിയിൽ വെച്ച് വെള്ളിയാഴ്ച ജുമ്അഖു തുബയിൽ പരസ്യമായി പിൻവലിക്കുകയാണെങ്കിൽ, രാജ്യം വിടാൻ കൊണോലി അദ്ദേഹത്തെ പ്രേരിപ്പിക്കുകയില്ലായിരുന്നെന്ന് വില്യം ലോഗൻ കുറിക്കുന്നു. ഈ വിവരം തനിക്ക് ലഭിച്ചത് സയ്യിദ് ഫസലുമായി സംസാരിക്കാൻ കൊണോലി നിയോഗിച്ച പരേതനായ മുൻ ഡപ്യൂട്ടി കലക്ടർ സി കണാരനിൽ നിന്നാണെന്നും അദ്ദേഹം സൂചിപ്പിക്കുന്നുണ്ട്. കണാരന്റെ സ്വാധീനം മൂലമാണ് തങ്ങൾ സ്വരാജ്യം വിട്ടതെന്നും ലോഗന്റെ കുറിപ്പിൽ കാണാം. സയ്യിദ് ഫസൽ മേൽപ്പറഞ്ഞ ആവശ്യം നിരാകരിച്ചതുകൊണ്ടാണ് നാടുവിടേണ്ടിവന്ന

തെന്ന് വ്യക്തം. ഇത്തരം കാര്യങ്ങളൊന്നും തന്നെ പ്രസിദ്ധീകരിക്കപ്പെട്ട രേഖകളിൽ ഉണ്ടാകില്ലെന്നും ലോഗൻ ചൂണ്ടിക്കാണിക്കുന്നു.[75]

വില്യം ലോഗന്റെ വെളിപ്പെടുത്തലിൽ നിന്നും കാര്യം വ്യക്തമാണ്. സയ്യിദ് ഫസലിനെ നാടുകടത്തിയത്, ജന്മിത്വത്തിനും സാമ്രാജ്യത്വത്തിനുമെതിരെ ആ ധീരദേശാഭിമാനി സ്വീകരിച്ച വിട്ടുവീഴ്ചയില്ലാത്ത നിലപാടുമൂലമായിരുന്നു. സയ്യിദ് ഫസൽ നേരിട്ട് കലാപങ്ങൾക്ക് നേതൃത്വം നൽകുകയുണ്ടായിട്ടില്ലെങ്കിലും അദ്ദേഹത്തിന്റെ ആശയലോകം ജന്മിത്വത്തിനും കൊളോണിയലിസത്തിനുമെതിരെയുള്ള പോരാട്ടങ്ങൾക്ക് നിമിത്തമായി. 1852 മാർച്ച് 19 ന് സയ്യിദ് ഫസൽ നാടുവിട്ടു. അദ്ദേഹത്തോടൊപ്പം കുടുംബാംഗങ്ങൾ അടക്കം 57 ആളുകളുണ്ടായിരുന്നു.

സയ്യിദ് ഫസൽ നാടുവിടുന്നുവെന്നറിഞ്ഞു ഫെബ്രുവരി ആദ്യവാരത്തിൽ 10000 ത്തിനും 12000 ത്തിനുമിടക്ക്, ഭൂരിഭാഗവും സായുധരായ, മാപ്പിളമാരാണ് തിരൂരങ്ങാടിയിൽ തമ്പടിച്ചത്. സയ്യിദ് ഫസൽ ഉദ്ദേശിച്ചിരുന്നെങ്കിൽ അവിടെ ബ്രിട്ടീഷുകാരുമായി ഒരു തുറന്ന പോരാട്ടം നടക്കുമായിരുന്നു. പക്ഷേ, അദ്ദേഹം അവരോട് സമാധാനപരമായി പിരിഞ്ഞുപോകാൻ ആവശ്യപ്പെടുകയാണ് ചെയ്തത്.[76] മാത്രമല്ല തനിക്ക് മലബാറിൽ തന്നെ നിൽക്കാനായി രക്തച്ചൊരിച്ചിലും കലാപവുമുണ്ടാക്കാൻ അദ്ദേഹം തയാറായിരുന്നില്ല.

സയ്യിദ് ഫസലിന്റെ അറേബ്യയിലേക്കുള്ള നാടുകടത്തൽ കഴിയുന്നത്ര രഹസ്യമാക്കിവെക്കാൻ ബ്രിട്ടീഷുകാർ ശ്രമിച്ചിട്ടും 8000 ത്തോളം മാപ്പിളമാരാണ്, തിരൂരങ്ങാടി മുതൽ പരപ്പനങ്ങാടി കടപ്പുറം വരെ, നിറമിഴികളോടെ തങ്ങളുടെ ആത്മീയഗുരുവിന്, ഉജ്ജ്വലപോരാളിക്ക്, യാത്രാമൊഴി നൽകാൻ ഫസലിനെയും കുടുംബാംഗങ്ങളെയും അനുഗമിച്ചത്.[77]

മലബാറിൽ നിന്നും സയ്യിദ് ഫസൽ വിടവാങ്ങിയതോടെ മാപ്പിളമാർ അനാഥരായി. ബ്രിട്ടീഷ് അധികൃതരുടെ കടുത്ത നടപടിക്ക് അവർ വിധേയരായി. തങ്ങളുടെ നാടുകടത്തലിനു പിന്നിൽ പ്രവർത്തിച്ച ബുദ്ധികേന്ദ്രമെന്ന നിലയ്ക്ക് കലക്ടർ കൊണോലി അവരുടെ രോഷത്തിനിരയായി. മാപ്പിളമാരുടെയിടയിൽ പുകഞ്ഞുകൊണ്ടിരുന്ന രോഷാഗ്നി അവസാനം കൊണോലിയുടെ വധത്തിൽ കലാശിച്ചു.

സയ്യിദ് ഫസൽ - ഓട്ടോമൻ രാഷ്ട്രീയത്തിൽ

സയ്യിദ് ഫസൽ മൂന്നു പ്രാവശ്യം കോൺസ്റ്റാന്റിനോപ്പിൾ സന്ദർശിച്ചു. അദ്ദേഹം സുഫാറിലെ അമീറായി പ്രവർത്തിച്ചു. അമീറെന്ന നിലയ്ക്കുള്ള അദ്ദേഹത്തിന്റെ പ്രവർത്തനങ്ങൾ ബ്രിട്ടീഷ് രാജ്ഞിയുടെ പോലും പ്രശംസ പിടിച്ചുപറ്റി. തന്റെ അഭിനന്ദനം സയ്യിദ് ഫസലിനെ അറിയിക്കാൻപോലും രാജ്ഞി തയാറായി.[78] 1879 ൽ സുഫാറിലെ ഗോത്രവർഗങ്ങളുടെ കലാപം കാരണം അദ്ദേഹത്തിന്റെ ഭരണം അവസാനിച്ചു. ഫസലും കുടുംബാംഗങ്ങളും കോൺസ്റ്റാന്റിനോപ്പിളിലേക്ക് പോയി.

സുൽത്താൻ അബ്ദുൽ ഹമീദിന്റെ ക്യാബിനറ്റിൽ അംഗമായി. ഓട്ടോമൻ ഭരണപരിഷ്കാരത്തിൽ അനേകം പരിപാടികൾ അദ്ദേഹം നിർദേശിച്ചു. ഹിജാസ് റെയിൽവേ പോലുള്ള നിർദേശങ്ങളും മുന്നോട്ടു വെച്ചു.

മലബാറിലേക്ക് തിരിച്ചുവരാനുള്ള ശ്രമങ്ങൾ

ഓട്ടോമൻ പൊളിറ്റിക്സിൽ ഉന്നതസ്ഥാനങ്ങൾ വഹിക്കുമ്പോഴും മരണംവരെ ജന്മനാട്ടിലേക്ക് തിരിച്ചുവരാനുള്ള ശ്രമങ്ങൾ സയ്യിദ് ഫസൽ നടത്തിയിരുന്നു. ആ മഹാവ്യക്തിത്വം അർഹിക്കുന്ന ആദരവും പരിഗണനയുമൊക്കെ കോൺസ്റ്റാന്റിനോപ്പിളിലും മറ്റു പ്രദേശങ്ങളിലും കിട്ടിയിട്ടും ജന്മനാട്ടിലേക്കുള്ള മടക്കം സ്വപ്നം കണ്ടാണ് അവസാനകാലം വരെ ജീവിച്ചത്. 1852 ൽ നാടുവിടാൻ നിർബന്ധിതനായപ്പോൾ, ഒരിക്കലും ഇനി മലബാറിലേക്ക് തിരിച്ചുവരാൻ പറ്റില്ലെന്ന് ആ സാത്വികൻ അറിഞ്ഞിരുന്നില്ല. കലാപത്തിന്റെ കാറും കോളും അടങ്ങിയതിനുശേഷം ജന്മനാട്ടിലേക്ക് തിരിച്ചുവരാൻ പറ്റുമെന്ന ഉറപ്പ്, അദ്ദേഹവുമായി സംഭാഷണം നടത്തിയ അധികൃതർ നൽകിയിരിക്കണം. ഹജ്ജിനുപോകുന്നുവെന്നാണ് അറേബ്യൻ യാത്രയെക്കുറിച്ച് സയ്യിദ് ഫസൽ തന്റെ അനുയായികൾക്ക് നൽകിയ വിവരം. കൊളോണിയലിസത്തിന്റെ മനസിലിരിപ്പ് മറ്റൊന്നായിരുന്നെന്ന് റോബിൻസൺ തന്നെ രേഖപ്പെടുത്തുന്നുണ്ട്. നാടുവിട്ടുപോകുമ്പോൾ അത് എന്നെന്നേക്കുമാണെന്നും നാട്ടിലേക്കുള്ള മടക്കം എന്നന്നേക്കുമായി തടയപ്പെടുമെന്നും അദ്ദേഹം കരുതിയിരുന്നില്ല.[79] അതുകൊണ്ടുതന്നെ, 1853 ൽ തന്റെ ഒന്നാം കോൺസ്റ്റാന്റിനോപ്പിൾ സന്ദർശനസമയത്തുതന്നെ, സുൽത്താൻ അബ്ദുൽ മജീദിന്റെ സഹായത്തോടെ, ഇസ്താംബൂളിലെ ബ്രിട്ടീഷ് അംബാസിഡറെ സ്വാധീനിച്ച് മലബാറിലേക്ക് തിരിച്ചുവരാനുള്ള ശ്രമങ്ങൾ സയ്യിദ് ഫസൽ നടത്തുന്നത്. സുൽത്താന്റെ പ്രേരണപ്രകാരം ബ്രിട്ടീഷ് അംബാസിഡർ സ്റ്റാർട്ട്ഫോർഡ് ഡിറെഡ്ക്ലിഫ് സയ്യിദ് ഫസലിനെ പരിചയപ്പെടുത്തിക്കൊണ്ട് ബോംബെയിലെ ബ്രിട്ടീഷ് ഗവർണർക്ക് കൊടുക്കാൻ ഒരു എഴുത്തു നൽകുന്നുണ്ട്. അതിൽ ഫസലിന് ഇന്ത്യയിലേക്ക് വരാനുള്ള സാഹചര്യം ഒരുക്കാൻ ആവശ്യപ്പെടുന്നുണ്ട്.[80] നാട്ടിലേക്ക് മടങ്ങാമെന്ന പ്രതീക്ഷയോടെ സയ്യിദ് ഫസൽ ഈജിപ്തിലേക്ക് പോയി. കൊണോലിയുടെ വധവുമായി ബന്ധപ്പെട്ട്, സയ്യിദ് ഫസലിന്റെ പ്രവർത്തനങ്ങൾ നിരീക്ഷിച്ച് റിപ്പോർട്ട് ചെയ്യാൻ റോബിൻസണിനെ അധികൃതർ ഈജിപ്തിലേക്ക് അയക്കുന്നുണ്ട്. അവിടെവെച്ച് അദ്ദേഹം സർക്കാരിന് നൽകുന്ന റിപ്പോർട്ട് സയ്യിദ് ഫസലിന്റെ അറേബ്യയിലേയും പരിസരപ്രദേശങ്ങളിലേയും പ്രവർത്തനങ്ങളെക്കുറിച്ചാണ്. അധികാരകേന്ദ്രങ്ങളോടുള്ള സയ്യിദ് ഫസലിന്റെ 'ധിക്കാര'ത്തെക്കുറിച്ചുള്ള സൂചനകൾ അതിലുണ്ട്. ഹജ്ജിനു വരുന്ന മലയാളികളുമായി സയ്യിദ് ഫസലിനുള്ള ബന്ധത്തെക്കുറിച്ച് സൂചനകളതിലുണ്ട്. അതുകൊണ്ട് അറേബ്യയിൽ നിന്നും സയ്യിദ് ഫസലിനെ

ഡമാസ്കസിലേക്കോ, അനാറ്റോളിയയിലെ ബർസയിലേക്കോ അയക്കണമെന്നും റോബിൻസൻ ആവശ്യപ്പെടുന്നുണ്ട്. അങ്ങനെ ചെയ്താൽ സയ്യിദ് ഫസലിന്റെ സ്വാധീനം കുറയ്ക്കാമെന്നും അദ്ദേഹം കണ്ടെത്തുന്നു.[81] 1856 ൽ ഏഡനിലെ ബ്രിട്ടീഷ് ഉദ്യോഗസ്ഥർ നൽകിയ കണക്കനുസരിച്ച് വർഷംതോറും 2000–ത്തോളം തീർഥാടകർ മലബാറിൽ നിന്നും മെക്ക സന്ദർശിക്കുന്നുണ്ട്. അവരിൽ ഭൂരിഭാഗവും ഫസൽ തങ്ങളെ സന്ദർശിക്കുന്നുണ്ട്.[82]

സയ്യിദ് ഫസലിനെ നാടുകടത്തിയതുകൊണ്ട് വേണ്ടത്ര ഫലമുണ്ടായില്ലെന്ന് അധികൃതർ മനസിലാക്കി. അദ്ദേഹം മലബാറിന്റെ നാലതിരുകൾവിട്ട് അറബ് - ഓട്ടോമൻ ലോകത്ത് ആകമാനം സ്വീകാര്യതയുള്ള ഒരു അന്താരാഷ്ട്ര വ്യക്തിത്വമായി വളർന്നു. 1901 ൽ മരിക്കുന്നതുവരെ, ഇന്ത്യയിലും ഇന്ത്യക്കു പുറത്തുമുള്ള ബ്രിട്ടീഷ് ഇന്റലിജൻസ് ഏജൻസികളും ഉദ്യോഗസ്ഥരും കണ്ണിൽ എണ്ണ ഒഴിച്ച് ഈ പോരാളിയുടെ നീക്കങ്ങൾ നിരീക്ഷിച്ചുകൊണ്ടിരുന്നു. തങ്ങളോ, തങ്ങളുടെ അടുത്ത ബന്ധുക്കളോ, മലബാറിലേക്ക് മടങ്ങാതിരിക്കാൻ സദാ ജാഗ്രതപുലർത്താൻ തുറമുഖാധികാരികൾക്കെല്ലാം നിർദേശം നൽകി.[83] സയ്യിദ് ഫസലിന്റെ രണ്ടാം തലമുറയിൽപ്പെട്ടവർക്കുപോലും അധികൃതർ മലബാറിലേക്ക് പ്രവേശനം നിഷേധിച്ചു.

സയ്യിദ് ഫസൽ നിരന്തരം നാട്ടിലേക്ക് തിരിക്കാനുള്ള ശ്രമങ്ങൾ നടന്നു. ജിദ്ദയും ഏഡനുമെല്ലാം ഈ ആവശ്യാർഥം അദ്ദേഹം സന്ദർശിച്ചു. ഫസൽ മലബാറിലേക്ക് തിരിച്ചുവരാൻ ശ്രമിക്കുന്നുവെന്ന വാർത്ത മലബാറിലുമെത്തി. അദ്ദേഹത്തിന് ഇസ്തംബൂളിലെ ബ്രിട്ടീഷ് അംബാസിഡർ ഇന്ത്യയിലേക്ക് തിരിക്കാൻ അനുവാദം കൊടുത്ത വിവരം വ്യാപാരികളിലൂടെ കൊണാലിയുടെ ചെവിയിലുമെത്തി. കൊണോലി ബോംബെ ഗവർണറുമായി ബന്ധപ്പെട്ട് യാത്ര തടയാൻ ആവശ്യപ്പെട്ടു.[84] മദ്രാസ് പ്രവിശ്യയുടെ സെക്രട്ടറിയായ പൈക്രോപ്റ്റ് അതേ നിലപാട് സ്വീകരിച്ചു. സയ്യിദ് ഫസലിനെക്കുറിച്ചുള്ള സർക്കാരിന്റെ നിലപാട് മാറിയിട്ടില്ലെന്നും അദ്ദേഹം ജിദ്ദയിലെ കോൺസലിനെ അറിയിച്ചു. ഇന്ത്യയിലെ എല്ലാ തുറമുഖ അധികാരികൾക്കും ജാഗരൂകരായിരിക്കാൻ സന്ദേശമയച്ചു. ഒരു നിലയ്ക്കും സയ്യിദ് ഫസലിനെ ഇന്ത്യയിലെ ഒരു തുറമുഖത്തും ഇറങ്ങാൻ അനുവദിക്കരുതെന്ന ഉദ്ദേശ്യമായിരുന്നു ഇതിനുപിന്നിൽ. ഈ മുൻകരുതലുകളൊക്കെ അതിജീവിച്ച് സയ്യിദ് ഫസൽ മദ്രാസ് പ്രവിശ്യയിൽ പ്രവേശിച്ചാൽ അറസ്റ്റുചെയ്തു തടവിലാക്കാനും അധികൃതർ തീരുമാനിച്ചു. ചുരുക്കത്തിൽ ബ്രിട്ടീഷ് ഗവൺമെന്റ് അതിന്റെ മുഴുവൻ മെഷിനറിയും സംവിധാനങ്ങളും ഉപയോഗിച്ച് സയ്യിദ് ഫസലിന്റെ തിരിച്ചുവരവ് തടഞ്ഞുവെന്നുകാണാം. 1855 ൽ കലക്ടർ കൊണോലിയെ മാപ്പിളപ്പോരാളികൾ വധിച്ചത് സയ്യിദ് ഫസലിനും കുടുംബത്തിനുമെതിരെ കൈക്കൊണ്ട ഇത്തരം കർക്കശനിലപാടുകൾ കൊണ്ടായിരുന്നു. ഇത്തരം

നിലപാടുകളിൽ ഹതഭാഗ്യനായ കൊണോലിയുടെ പങ്കെന്ത് എന്നത് മറ്റൊരു വിഷയമാണ്.

മരണം

77-ാമത്തെ വയസിൽ സയ്യിദ് ഫസൽ എന്ന അതുല്യപോരാളി ഇസ്താംബൂളിൽ വെച്ച് മരണപ്പെട്ടു. സുൽത്താൻ മഹ്മൂദ്ഖാന്റെ കബറടക്കത്തിനരികെ അദ്ദേഹത്തിന്റെ മൃതശരീരം കബറടക്കി. തുർക്കി സുൽത്താനും അനേകം ഉദ്യോഗസ്ഥപ്രമുഖരും അദ്ദേഹത്തിന് അന്ത്യയാത്രാമൊഴി നേരാൻ എത്തി.[85]

മമ്പുറം റെസ്റ്റൊറേഷൻ (Restoration) കമ്മിറ്റി

മമ്പുറം തങ്ങന്മാരെ കേരളത്തിന്റെ നെഞ്ചോട് ചേർത്തുവെക്കാൻ ശക്തമായ ശ്രമം നടത്തിയ ദേശീയ നേതാവാണ് മുഹമ്മദ് അബ്ദുറഹ്മാൻ. സയ്യിദ് ഫസലിന്റെ മരണശേഷം അദ്ദേഹത്തിന്റെ കുടുംബത്തിന്റെ ദയനീയസ്ഥിതി നേരിട്ടറിയാൻ ഹജ്ജ് യാത്രയിലൂടെ സാഹിബിന് സാധിച്ചു. സാമൂഹിക അനീതിക്കെതിരെ ശക്തിയുക്തം ഗർജിച്ചിരുന്ന ആ 'മലബാർ സിംഹ'ത്തിന് പ്രശ്നത്തിന്റെ ഗൗരവം മനസിലായി. സയ്യിദ് ഫസലിന്റെ സന്തതികൾക്ക് മമ്പുറത്തേക്ക് തിരിച്ചുവരാനും തങ്ങളുടെ സ്വത്തുക്കൾ ഏറ്റെടുക്കാനും അവസരമുണ്ടാകണമെന്ന ഉദ്ദേശ്യത്തോടെ സാഹിബിന്റെ നേതൃത്വത്തിൽ 1933 ൽ മമ്പുറം റെസ്റ്റൊറേഷൻ കമ്മിറ്റി രൂപീകരിക്കപ്പെട്ടു. ഇ മൊയ്തു മൗലവിയുടെ അധ്യക്ഷതയിൽ ചേർന്ന യോഗത്തിൽ, കൊയിലാണ്ടി വലിയ ഇസാരിയകത്ത് പൂക്കോയ തങ്ങൾ പ്രസിഡന്റായി കമ്മിറ്റി നിലവിൽ വന്നു. ഭരണഘടനാനുസൃതവും സമാധാനപൂർവവുമായ സമരമാർഗത്തിലൂടെ ലക്ഷ്യം നേടാൻ സാഹിബും കൂട്ടുകാരും ശ്രമിച്ചു. നോട്ടീസുകളും ലഘുലേഖകളും പൊതുയോഗങ്ങളും നടത്തി ജനങ്ങൾക്കിടയിൽ ആശയപ്രചരണം സാധിച്ചു. ഈ ബോധവൽക്കരണത്തിന്റെ ഭാഗമായി സയ്യിദ് ഫസൽ കേരളീയ സമൂഹത്തിൽ വഹിച്ച പങ്കിനെക്കുറിച്ചും, സാമ്രാജ്യത്വത്തിനെതിരായ സമരത്തിൽ അദ്ദേഹത്തിന്റെ ആശയങ്ങൾക്കുള്ള പ്രാധാന്യത്തെക്കുറിച്ചും എല്ലാവിഭാഗം ജനങ്ങൾക്കിടയിലും സാമാന്യധാരണയുണ്ടായി. ബ്രിട്ടീഷ് അധികൃതരും സ്ഥാപിത താൽപ്പര്യക്കാരും ഒരു വ്യക്തിക്കും കുടുംബത്തിനുമെതിരെ ചെയ്ത നെറികേട്, ഇന്ത്യൻ മണ്ണിൽ കിടന്നു മരിക്കാനുള്ള ഒരു പൗരന്റെയും കുടുംബത്തിന്റെയും അഭിലാഷം നിഷേധിച്ചതിനെക്കുറിച്ച് വ്യാപകമായ പ്രതിഷേധമുണ്ടായി. മാപ്പിള ഔട്ട്റേജിയസ് ആക്ട് എന്ന കരിനിയമം നിലനിൽക്കുന്നിടത്തോളം സയ്യിദ് ഫസലിന്റെ കുടുംബത്തിന് സ്വന്തം നാട്ടിലേക്ക് തിരിച്ചുവരാൻ പറ്റുമായിരുന്നില്ല. അതുകൊണ്ട് ഈ കരിനിയമം റദ്ദു ചെയ്യാൻ സാഹിബ്

ആവശ്യപ്പെട്ടു. മുഹമ്മദ് അബ്ദുറഹ്മാൻ, സയ്യിദ് ഫസലിന്റെ പുത്രൻ സയ്യിദ് അലിയുമായി ബന്ധപ്പെടുകയും ഇന്ത്യയിലേക്ക് യാത്ര ചെയ്യാൻ അധികാരികളുടെ അനുവാദത്തിന് അപേക്ഷിക്കാൻ ആവശ്യപ്പെടുകയും ചെയ്തു. സയ്യിദ് അലി പരപ്പനങ്ങാടിയിലെത്തിയെങ്കിലും അവിടെ ഇറങ്ങാൻ ബ്രിട്ടീഷ് അധികൃതർ സമ്മതിച്ചില്ല. തന്മൂലം 6 മാസം അദ്ദേഹം ഫ്രഞ്ച് മാഹിയിൽ താമസിച്ചു. മാഹിയിൽ താമസസൗകര്യം ഒരുക്കിക്കൊടുത്തത് സാഹിബിന്റെ നിർദേശപ്രകാരം അദ്ദേഹത്തിന്റെ സുഹൃത്ത് ഡോ. എം കെ മേനോനാണ്.[86] മലബാർ കലക്ടർ, സയ്യിദ് അലിക്ക് മലബാറിൽ പ്രവേശിക്കാൻ അനുവാദം നൽകിയില്ല. മലബാർ പ്രവേശനം നിരോധിച്ചുകൊണ്ട് വിജ്ഞാപനം പുറപ്പെടുവിച്ചു. സയ്യിദ് അലിയെ തന്ത്രപൂർവം തടവിലാക്കാൻ അധികൃതർ ശ്രമിച്ചെങ്കിലും എം കെ മേനോന്റെ സമയോചിതമായ ഇടപെടൽകാരണം അതു നടന്നില്ല.[87] സാഹിബിന്റെ ശ്രമഫലമായി 1937 ൽ മദ്രാസ് പ്രവിശ്യയിലെ രാജാജി മന്ത്രിസഭ മാപ്പിള ഔട്ട് റേജിയസ് ആക്ട് റദ്ദാക്കി. സയ്യിദ് ഫസലിന്റെ കുടുംബാംഗങ്ങൾക്ക് മലബാറിലേക്ക് തിരിച്ചുവരാൻ സാഹചര്യമൊരുക്കുന്നതിന് അബ്ദുറഹ്മാന്റെ നേതൃത്വത്തിൽ 'ഒപ്പുശേഖരണവാരം' ആചരിച്ചു. മലബാറിലെ എല്ലാ സ്ഥാപനങ്ങളും പ്രസ്ഥാനങ്ങളും ഈ സംരംഭവുമായി സഹകരിച്ചു. കോൺഗ്രസ് കമ്മിറ്റികൾ പ്രമേയങ്ങൾ പാസാക്കി സർക്കാരിനയച്ചു. ഒരു ലക്ഷത്തിലധികം ഒപ്പുകൾ ശേഖരിച്ച്; 1937 നവംബർ 28ന് മദ്രാസ് പ്രവിശ്യയിലെ മന്ത്രിയായ യാഖൂബ് വിസ്റ്റന് നേരിട്ടുകൊടുത്തു.

പക്ഷേ ഇത്തരം സമാധാന സമരമാർഗങ്ങളൊന്നും ലക്ഷ്യംകണ്ടില്ല. സയ്യിദ് ഫസലിന്റെ സന്തതികൾ അനുഭവിച്ച ദുരിതത്തിന് പരിഹാരം കാണാൻ സ്വതന്ത്ര ഇന്ത്യക്കും സാധിക്കാതെ പോയി. ഒരർഥത്തിൽ ഇന്നും ആ പ്രശ്നങ്ങൾ പരിഹരിക്കപ്പെടാതെ നിൽക്കുന്നു. ജീവിതം തന്നെ നിരന്തരമായ പോരാട്ടമാക്കി മാറ്റിയ ഒരു മഹാപ്രതിഭയുടെ ചിത്രമാണ് മലബാർ - അറേബ്യൻ നാടുകളിൽ സയ്യിദ് ഫസൽ നടത്തിയ പ്രവർത്തനങ്ങൾ അനാവരണം ചെയ്യുന്നത്.

സൂചനകൾ

1. സയ്യിദ് ഫസലിന്റെ ജീവിതത്തിലേക്ക് വെളിച്ചം വീശുന്ന അറബി-മലയാളം കാവ്യങ്ങളായ *മഅ്ദനൂൽയവാകീത്* by കുഴിയൻതടത്തിൽ അബ്ദുറഹ്മാൻ, കാഞ്ഞീരാല കുഞ്ഞിരായിൽ രചിച്ച *മിസ്ബാഹുഫുആദ്* തുടങ്ങിയവ കാണുക.
2. CMO Vol. IV, P. 276 Correspondence on Moplah Outrages (CMO)
3. Ibid p.154
4. Dale & Menon, *Sayyids in Malabar* (unpublished monologue), P.4

5. Narahari Kaviraj, *Wahabs and Faraizi Rebels of Bengal* P.64 (New Delhi, 1982)
6. Mujeeb Ashraf, *Muslim Attitude towards British rule of Western Culture in India*, Delhi, 1994, p.144
7. S.F. Dale, *Moppila Muslims of Malabar*, 1498 - 1922, New York, 1980, P.7
8. MCA, Madras Criminal Procedure Act, XX of 1859, p.44
9. Stephan F Dale, Op.Cit, pp.127 - 146
10. K W Ganesh, Socio-cultural processes and kiralihood pattern at Tirurangadi - *A Micro historical study project report* submitted to KRPLLD, Tvm. 2004
11. MJCR, p.119 MDR, Political, 1800, pp.283-4
12. K N Panickar, *Against Lord and State*, Oxford 2001, pp.55-56
13. MJCR, p.119
14. MDR, Vol.11, pp.332-4, 36-7, 50-2
15. എം. ഗംഗാധരൻ, മാപ്പിള പഠനങ്ങൾ, P. 23, വചനം ബുക്സ്, കോഴിക്കോട്
16. A R Desai, *Peasant Struggle in India*, New Delhi, 1985, p.604
17. report of the Special Commissioner, 1881-2, Vol II appendix, II, p.194
18. CMO, Vol. IV, p.276
19. Bahavuddin K M, *Kerala Muslims, The Long Struggle*, p.114
20. CMO Vol 1, p.61
21. Ibid, p.65
22. Ibid, p.66
23. Ibid, p.68
24. Ibid, p.65
25. Ibid, p.66
26. Ibid, p.69
27 Ibid, p.68
28 Ibid, p.52
29 Ibid
30 Ibid p.71
31 Ibid
32. Ibid
33. Ibid, p.73
34. Ibid, p75
35. Ibid, p.54
36. Ibid, p.76, See K N Panikkar, ALS, pp.74-5

37. V. Ibid, p.85
38. V. Ibid, p.26
39. CMO vol.V, p.50
40. Vol. V, p.51
41. KNP, Op.at, pp. 75-6
42. CMO Vol.I, p.77
43. Ibid, CMO V, p.85
44. Letter from Conolly to Sec. dated 12 Oct. 1849. No.27
45. CMO Vol. I, p.80
46. Ibid, p.29
47. Ibid, p.28, p, 88
48. Ibid, p.94
49. Ibid, p.48-9
50. Ibid, p.108
51. Statement of Kunhi Koya Tungal, Ibid, p.53
52. KMP, Op.ut, p.117
53. CMO Vol.I, pp.80-1
54. Minutes of JF, 18 Oct 1851, CMO Vol.I, p.205
55. CMO Vol.I, p.308
56. Ibid, p.65
57. Ibid, pp-33-6
58. Ibid
59. Ibid, p.260
60. SF Dale, Op.cit, p.128
61. *W Logan Malabar*, Vol. I, p.691
62. CMO Vol.I, p.240
63. Ibid, pp.242-3
64. CMO Vol.II, p.240
65. Ibid, p.242
66. Extract from the Minutes of consultation, 17 Feb, 1852.
67. Report of T L Strange, 25 Sept. 1852 (CMO Vol.II, pp.443-4)
68. CMO Vol.II, p.449
69. CMO Vol.IV, p.451
70. CMO Vol.I, p.266
71. Letter from HV Conolly to II, Pycraft, sec. to Govt. dated 7 Feb. 1852 (CMO I, p.257)
72. Ibid, p.258
73. CMO I, p.260
74. CMO I, p.63

75. Letter from W Lagan to Chief Sec. Govt. of Madras, No.33, Calicut, dated Dec. 13, 1880 (Judicial)) Dept., GO. No.281 dated 5 Feb, 1881 (TWA)
76. CMO Vol.I, p.277
77. Ibid, p.361
78. *സയ്യിദ് ഫസൽ പൂക്കോയ തങ്ങൾ*, ലഘുചരിത്രം, പരപ്പനങ്ങാടി, 1934, pp.8-9
79. CMO Vol II, p.386
80. Letter from Stert Ford de Redcliffe, British Ambassador to Sublime Porte to the Convener of Bombay, Constantinople, dated 23 April 1853.
81. CMo Vol.II, p.388
82. S F Dale, Doctoral Dissertation, p.154
83. See, Letter from Sec. to Govt. (J.D) to C J O Cole,
    a) Vice Consul, East India Company's Agent, Teddah No.521 dt. 10 Sep. 1853
    b) do to SB Heines, British Political Agent of Aden, No.523, dated 10 Sep. 1853
    c) Letter to Sec. to Govt. Bombay, No.522, 10 Sept. 1853
84. Letter for H.V.Conolly to A.Malet, Cheif Sec. to Govt, of Bombay Calicut dated 6 Aug. 1853, No.1430
85. കാഞ്ഞീരാലകുഞ്ഞിരായിൻകുട്ടിയുടെ *മഹ്ദനുൽയവാകീത്ത്* എന്ന അറബി-മലയാളകാവ്യത്തിൽ മയ്യിത്ത് സംസ്കരണത്തിൽ പങ്കെടുത്ത പ്രധാനികളുടെ പേരുകളുണ്ട്. pp.56-57
86. S K Pottekkat (Ed), Mohar AR, Calicut 1978, p.294
87. Ibid, p.298

മമ്പുറം തങ്ങന്മാർ മടങ്ങിവരുമ്പോൾ

പി ടി മുഹമ്മദ് സാദിഖ്

ഇപ്പോൾ കേസും തർക്കവും നടന്നുകൊണ്ടിരിക്കുന്ന മമ്പുറം സ്വത്തിന്റെ യഥാർഥ അവകാശികളായ അൽ ഫദ്ൽ കുടുംബം സിറിയയിലെ ലാദകിയയിൽ ജീവിച്ചിരിക്കുന്നുണ്ട്. ഒന്നര നൂറ്റാണ്ടുമുമ്പ് ബ്രിട്ടീഷുകാർ നാടുകടത്തിയ മമ്പുറം സയ്യിദ് ഫസൽ പൂക്കോയ തങ്ങളുടെ പിൻഗാമികളാണിവർ.

മമ്പുറം തങ്ങളുടെ കുടുംബത്തെ തിരിച്ചുകൊണ്ടുവരാൻ പ്രമുഖ സ്വാതന്ത്ര്യസമരസേനാനിയും മുൻ കെ പി സി സി പ്രസിഡന്റുമായ മുഹമ്മദ് അബ്ദുറഹ്മാൻ സാഹിബ് നടത്തിയ മമ്പുറം പ്രക്ഷോഭം ചരിത്രപ്രസിദ്ധമാണ്. സാഹിബിന് സ്വാതന്ത്ര്യസമരത്തിന്റെ ഭാഗം തന്നെയായിരുന്നു ആ പോരാട്ടം. പിറന്ന നാടിന്റെ സ്വാതന്ത്ര്യത്തിനായി പോരാടിയതിന്റെ പേരിലാണ് മമ്പുറം തങ്ങൾക്ക് സ്വദേശ പരിത്യാഗം ചെയ്യേണ്ടിവന്നത്. അദ്ദേഹത്തിന്റെ പിൻഗാമികളെ തിരിച്ചുകൊണ്ടുവരിക എന്നത് മനുഷ്യാവകാശത്തിന്റെ കൂടി പ്രശ്നമായിരുന്നു.

മമ്പുറത്തെ ബൃഹത്തായ സ്വത്തുക്കൾ നോക്കിനടത്താൻ ഒരു ബന്ധുവിന് മുക്ത്യാർ നൽകിയാണ് സയ്യിദ് ഫസൽ പൂക്കോയ തങ്ങൾ നാടുവിട്ടത്. ബ്രിട്ടീഷുകാരുടെ ഉപരോധം മൂലം ജന്മനാട്ടിലേക്ക് തിരിച്ചുവരാൻ പിന്നീട് ഒരിക്കലും അദ്ദേഹത്തിനു സാധിച്ചില്ല. അദ്ദേഹത്തിന്റെ പിൻഗാമികൾ പിൽക്കാലത്ത് നടത്തിയ ശ്രമങ്ങളും പരാജയപ്പെടുകയായിരുന്നു. തുർക്കി ഭരണകൂടത്തിൽ ഉന്നത പദവികൾ അലങ്കരിക്കുകയും യമനിലെ സഫാറിൽ ഗവർണറാകുകയും ചെയ്ത സയ്യിദ് ഫസൽ പൂക്കോയ തങ്ങൾ ജന്മനാട്ടിലേക്കു വരാനുള്ള ആഗ്രഹം ഒരിക്കലും ഉപേക്ഷിച്ചിരുന്നില്ല. തന്റെ സ്വത്തുക്കൾ തിരിച്ചുകിട്ടാൻ അദ്ദേഹം ബ്രിട്ടീഷ് അധികാരികളോട് അപേക്ഷിച്ചിരുന്നതാണ്. സാധിക്കുമെങ്കിൽ ജന്മ

നാട്ടിലേക്ക് തിരിച്ചുപോകണമെന്ന് അദ്ദേഹം മക്കളോട് എന്നും പറയുമായിരുന്നുവത്രെ. പക്ഷേ, ബ്രിട്ടീഷുകാർ ഒരിക്കലും തങ്ങളുടെ പിൻഗാമികളെ തിരിച്ചുവരാൻ അനുവദിച്ചില്ല. അക്കാലത്ത് മമ്പുറം സ്വത്തുക്കൾ നോക്കി നടത്തിയിരുന്നവർ ബ്രിട്ടീഷുകാർ നൽകിയ ഖാൻ ബഹാദൂർ പട്ടം സ്വീകരിച്ച് മമ്പുറത്തെ നാടുവാഴികളായിക്കഴിഞ്ഞിരുന്നു. അവർക്കും സയ്യിദ് ഫസലിന്റെ പിൻഗാമികളുടെ തിരിച്ചുവരവിൽ താൽപ്പര്യമുണ്ടായിരുന്നില്ലത്രെ. സയ്യിദ് ഫസൽ മരിച്ചിട്ട് 104 വർഷം കഴിഞ്ഞു. അദ്ദേഹത്തിന്റെ പിൻഗാമികൾക്ക് പിന്നീട് എന്തു സംഭവിച്ചുവെന്ന അന്വേഷണമാണ് ഈ കുറിപ്പ്.

മമ്പുറം സ്വത്തിന്റെ യഥാർഥ അവകാശികൾ ജീവിച്ചിരിക്കുന്നു

ലാദകിയ, സിറിയയിലെ മനോഹരമായ തീരദേശ പട്ടണം. ഇവിടെ തല ഉയർത്തി നിൽക്കുന്ന ഒൻപതു നിലകളുള്ള ഒരു ഫ്ളാറ്റ് സമുച്ചയമുണ്ട്. തുർക്കി ഭരണകൂടത്തിൽ അതിപ്രധാനമായ സ്ഥാനങ്ങൾ അലങ്കരിച്ചിരുന്ന അൽ ഫദ്ൽ കുടുംബത്തിന്റെ ഇന്നത്തെ വാസസ്ഥലമാണിത്. ബിനാ ഉശ്ശറാഫ എന്നു പേരിട്ടിരിക്കുന്ന ഈ കെട്ടിടത്തിൽ നാലു തലമുറകളിലായി ഈ ബൃഹദ്കുടുംബം വസിക്കുന്നു. അൽ ഫദൽ കുടുംബത്തിന് കേരളവുമായി ഒരു ബന്ധമുണ്ട്. ചരിത്രം ബോധപൂർവം മറന്ന മഹാനായ ഒരു സ്വാതന്ത്ര്യസമര സേനാനിയുടെ പിൻമുറക്കാരാണ് ഇവർ. കൃത്യമായി പറഞ്ഞാൽ ബ്രിട്ടീഷുകാർക്കെതിരെ പട നയിച്ചതിന്റെ പേരിൽ സ്വദേശപരിത്യാഗം ചെയ്യേണ്ടിവന്ന മമ്പുറം സയ്യിദ് ഫസൽ പൂക്കോയ തങ്ങളുടെ പിൻഗാമികൾ. ഇന്ത്യയുടെ സ്വാതന്ത്ര്യത്തിനുവേണ്ടി പോരാട്ടം നടത്തിയതിന്റെ പേരിൽ പിറന്ന നാടും വീടും വിട്ടു പോരേണ്ടിവന്ന പൂർവപിതാവിന്റെ ഉജ്വലമായ ഓർമകൾ ഇന്നും ഈ കുടുംബം കാത്തുസൂക്ഷിക്കുന്നു. മമ്പുറം സ്വത്തിന്റെ പേരിൽ ഇപ്പോൾ നടക്കുന്ന കേസും കൂട്ടവുമൊന്നും ഇവർ അറിയുന്നില്ല. അതിലൊന്നും ഒരു വേവലാതിയുമില്ലാതെ, ആ സ്വത്തിന്റെ യഥാർഥ അവകാശികൾ ഇവിടെ ശാന്തരായി ജീവിക്കുന്നു.

സൗദി അറേബ്യയിലെ ജിദ്ദയിൽ പ്രമുഖ കാർ വ്യാപാരികളായ അബ്ദുൽ ലത്വിഫ് ജമീൽ കമ്പനിയിൽ സീനിയർ ജനറൽ മാനേജരായിരുന്ന അൽ ശരീഫ് മുഹമ്മദ് സഹൽ അൽ ഫദ്ലാണ് ഇന്ത്യൻ സ്വാതന്ത്ര്യസമരത്തിന്റെ പ്രോജ്വലമായ ഈ അധ്യായത്തിലേക്ക് വീണ്ടും വാതിൽ തുറക്കുന്നത്. സയ്യിദ് ഫസൽ പൂക്കോയ തങ്ങളുടെ അഞ്ചാം തലമുറക്കാരനാണ് ഈ അമ്പത്തിമൂന്നുകാരൻ. സയ്യിദ് ഫസലിന്റെ മകൻ സയ്യിദ് സഹലിന്റെ മകൻ ജഅഫ്റിന്റെ മകൻ ഫസലിന്റെ മകനാണ് സഹൽ അൽ ഫദ്ൽ.

തന്റെ പൂർവികർ മമ്പുറത്തേക്ക് തിരിച്ചുവരാൻ നടത്തിയ ശ്രമങ്ങളെല്ലാം രാഷ്ട്രീയവും കുടുംബപരവുമായ കാരണങ്ങളാൽ മുടങ്ങിപ്പോ

കുകയായിരുന്നുവെന്ന് അദ്ദേഹത്തിന് അറിയാം. മുഹമ്മദ് അബ്ദുറഹ്മാൻ സാഹിബ് നടത്തിയ മമ്പുറം ജാറം പ്രക്ഷോഭം സയ്യിദ് ഫസൽ കുടുംബത്തെ പുനരധിവസിപ്പിക്കുന്നതിനുവേണ്ടിയായിരുന്നു. ബ്രിട്ടീഷുകാരുടെ ശക്തമായ എതിർപ്പിൽ ആ പ്രക്ഷോഭം പോലും വിഫലമായി. ജോലിയിൽനിന്ന് വിരമിച്ച് ലാദകിയയിലേക്കു മടങ്ങിയ അൽ ശരീഫ് മുഹമ്മദ് സഹൽ അൽ ഫ്ദൽ ഇപ്പോൾ മമ്പുറത്തേക്കുള്ള ഒരു മടക്കയാത്രയുടെ ഒരുക്കത്തിലാണ്. സയ്യിദ് ഫസൽ പൂക്കോയ തങ്ങളുടെ കാലശേഷമുള്ള അദ്ദേഹത്തിന്റെ പിൻഗാമികളുടെ ജീവിതത്തെക്കുറിച്ച് സഹൽ അൽ ഫദ്ലിന് ഒരുപാട് പറയാനുണ്ട്. അതിനുമുമ്പ് സയ്യിദ് ഫസൽ പൂക്കോയ തങ്ങളുടെ സംഭവബഹുലമായ ജീവിതത്തിലേക്ക് ഒന്നു എത്തിനോക്കാം.

അറേബ്യൻ വംശജരായ നിരവധി പണ്ഡിതന്മാർ ആദ്യകാലത്ത് ഇസ്ലാമിക പ്രചാരണത്തിനായി കേരളത്തിലെത്തിയിരുന്നു. അക്കൂട്ടത്തിൽ ഏറെ പ്രധാനപ്പെട്ട ഒരു വ്യക്തിയാണ് മമ്പുറം സയ്യിദ് അലവി തങ്ങൾ. ഹിജ്റ നാലാം നൂറ്റാണ്ടിൽ ഹളർ മൗത്തിലെ സമൽ ഗ്രാമത്തിൽ ജീവിച്ചിരുന്ന അലവി ബിൻ ഉബൈദുല്ലയുടെ സന്താനപരമ്പരയിൽപ്പെട്ട സയ്യിദ് അലവി തങ്ങൾ മുഹമ്മദ് ബിൻ സഹൽ മൗലദ്ദീവിലയുടെയും സയ്യിദ ഫാത്വിമ ജിഫ്രിയുടെയും പുത്രനായി ഹിജ്റ 1166 ലാണ് ജനിച്ചത്. കുട്ടിക്കാലത്ത് തന്നെ മാതാപിതാക്കളെ നഷ്ടപ്പെട്ട അദ്ദേഹം പതിനേഴാം വയസിൽ മഖല്ലാ തുറമുഖത്തുനിന്ന് കപ്പൽ കയറി മലബാറിലെത്തി. ഹിജ്റ 1183 ൽ കോഴിക്കോട് കപ്പലിറങ്ങിയ സയ്യിദ് അലവി, സയ്യിദ് ശൈഖ് ജിഫ്രിയുടെ വസതിയിലെത്തി. പിറ്റേദിവസം സയ്യിദ് അലവിയെ ജിഫ്രി മമ്പുറത്തേക്ക് കൊണ്ടുപോയി. പിന്നീടു മമ്പുറമായി സയ്യിദ് അലവിയുടെ തട്ടകം.

മമ്പുറത്ത് അന്ത്യവിശ്രമം കൊള്ളുന്ന ശൈഖ് ഹസൻ ജിഫ്രി സയ്യിദ് അലവിയുടെ മാതുലനാണ്. അദ്ദേഹത്തിന്റെ പുത്രി ഫാത്വിമയെയാണ് സയ്യിദ് അലവി വിവാഹം ചെയ്തത്. ഫാത്വിമയുടെ മരണശേഷം സയ്യിദ് അലവി തങ്ങൾ കൊയിലാണ്ടിയിലെ കോവിൽക്കണ്ടി അമ്പക്കാന്റകത്ത് സയ്യിദ് അബൂബക്കർ മദനിയുടെ പുത്രി ഫാത്വിമയെ വിവാഹം ചെയ്തു. ഈ ബന്ധത്തിലാണ് സയ്യിദ് ഫസൽ പൂക്കോയ തങ്ങൾ ജനിച്ചത്.

സയ്യിദ് അലവി തങ്ങളുടെ ശിഷ്യരിൽ പ്രമുഖനായിരുന്നു സ്വാതന്ത്ര്യസമര സേനാനിയായിരുന്ന വെളിയങ്കോട് ഉമർ ഖാസി. ഉമർ ഖാസി കൊളുത്തിയ സമരത്തിന്റെ തീപ്പന്തം ഏറ്റുവാങ്ങിയ മാപ്പിളനേതാക്കളിൽ പ്രമുഖനായിരുന്നു സയ്യിദ് ഫസൽ പൂക്കോയ തങ്ങൾ. പിതാവിനെക്കാൾ കടുത്ത ബ്രിട്ടീഷ് വിരോധിയായിരുന്നു ഫസൽ. പിതാവിന്റെ മരണശേഷം സ്ഥാനമാനങ്ങൾ നൽകി ഫസൽ തങ്ങളെ പാട്ടിലാക്കാൻ ബ്രിട്ടീഷുകാർ പല ശ്രമങ്ങളും നടത്തിയതാണ്. എല്ലാം വിഫലമായി. ഹിന്ദു-മുസ്ലീം

സൗഹൃദം ഊട്ടിയുറപ്പിക്കാൻ അദ്ദേഹം നടത്തിയ ശ്രമങ്ങൾ ചില്ലറയല്ല. ഈ കൂട്ടായ്മയെ ബ്രിട്ടീഷുകാർക്കെതിരെ തിരിച്ചുവിടാൻ അദ്ദേഹം കഠിനമായി യത്നിച്ചു. സമുദായ നേതാക്കളെയും സാധാരണക്കാരെയും ബ്രിട്ടീഷുകാർക്കെതിരെ തിരിച്ചുവിടാൻ ഫസൽ തങ്ങൾ അറബിയിൽ രചിച്ച ഗ്രന്ഥം കോഴിക്കോട് കളക്ടർ കനോലി സായിപ്പ് നിരോധിച്ചിരുന്നു.

മലബാറിലെ മാപ്പിള കലാപങ്ങൾ ബ്രിട്ടീഷുകാരുടെ ഉറക്കം കെടുത്തി. ഇതിനെല്ലാം പിന്നിൽ സയ്യിദ് ഫസൽ പൂക്കോയ തങ്ങളാണെന്ന് ബ്രിട്ടീഷ് ഭരണകൂടം മനസിലാക്കിയിരുന്നു. തങ്ങളെ നാടുകടത്താൻ സാധ്യതയുണ്ടെന്ന് ഇതിനിടെ നാട്ടിൽ അഭ്യൂഹം പരന്നിരുന്നു.

സായുധരായ ഹിന്ദുക്കളും മുസ്ലീങ്ങളും മമ്പുറത്ത് വന്നു ക്യാമ്പ് ചെയ്തു. തങ്ങളെ അറസ്റ്റ് ചെയ്യാൻ വരുന്നവരെ ജീവനോടെ തിരിച്ചയയ്ക്കില്ലെന്ന് ധീര സേനാനികൾ പ്രഖ്യാപിച്ചു. എന്നാൽ അവരെ സമാധാനചിത്തരാക്കി തങ്ങൾ തിരിച്ചയച്ചു. അന്നു രാത്രിതന്നെ തങ്ങൾ മമ്പുറം വിട്ടു. ഹജ്ജിനു പോകുന്നുവെന്നു പറഞ്ഞാണ് അദ്ദേഹം നാട്ടിൽനിന്നു പുറപ്പെട്ടതത്രെ. പുതുപ്പറമ്പിൽ കുഞ്ഞാലി തുടങ്ങി ഏതാനും പേരെ മാത്രമാണ് തങ്ങൾ നാടുവിടുന്ന കാര്യം അറിയിച്ചത്. മമ്പുറം സ്വത്തിന്റെ മേൽനോട്ടം വഹിക്കാൻ സഹോദരി ശരീഫാ കുഞ്ഞീബിയുടെ ഭർത്താവ് സയ്യിദ് അലവി ജിഫ്രി എന്ന പുതിയാപ്പിള കോയ തങ്ങളെ ഏൽപ്പിച്ചു. മമ്പുറം പള്ളിയിൽ ഇമാമത്തും ഖുതുബയും അടുത്ത ബന്ധുവായ സയ്യിദ് മുഹമ്മദലി മൗലദ്ദീവലയെയും ഏൽപ്പിച്ചു.

അന്നു രാത്രി സയ്യിദ് ഫസൽ പൂക്കോയ തങ്ങൾ രണ്ടു പുത്രന്മാർ (സയ്യിദ് ഹസൻ, സയ്യിദ് സഹൽ), സഹോദരി ഫാത്വിമി ബീവി, അവരുടെ ഭർത്താവ്, സന്താനങ്ങൾ, അംഗരക്ഷകന്മാർ, പരിചാരകർ എന്നിവർ ഉൾപ്പെടെ ആകെ 57 പേരാണ് കപ്പലിൽ കയറിയതെന്ന് ചരിത്രഗ്രന്ഥങ്ങളിൽ കാണുന്നു. 1852 മാർച്ച് 19 നായിരുന്നു ചരിത്രത്തിലേക്കുള്ള ഈ പുറപ്പാട്.

വളരെ നാളുകൾ കഴിഞ്ഞാണ്, ബ്രിട്ടീഷുകാരുടെ പ്രേരണമൂലമാണ് തങ്ങൾ നാടുവിട്ടതെന്ന വിവരം നാട്ടുകാർ അറിഞ്ഞത്. കോഴിക്കോട് കളക്ടർ കനോലി പ്രഭുവിന്റെ ഉത്തരവു പ്രകാരം പൊലീസ് സൂപ്രണ്ടായിരുന്ന ഹിച്ച്കോക്ക്, തങ്ങളെ കപ്പലിൽ കയറ്റിവിടുകയായിരുന്നുവത്രെ. ഈ വിവരം പുറത്തറിഞ്ഞ മാപ്പിളമാർ കോഴിക്കോട് വെസ്റ്റ് ഹില്ലിലുള്ള ബംഗ്ലാവിൽവച്ച് കനോലി സായിപ്പിനെ വെട്ടിക്കൊല്ലുകയായിരുന്നു.

നാടുവിട്ട തങ്ങളുടെ ജീവിതം

ഏതാനും മാസങ്ങൾക്കുശേഷം ഫസൽ തങ്ങളും സംഘവും ഹളർമൗത്തിലെത്തി. ഏതാനും പേരെ അവിടെ താമസിപ്പിച്ചു. ഹിജ്റ 1269 ൽ

അദ്ദേഹം ഈജിപ്തിലെത്തി. ഈജിപ്തിലെത്തിയ തങ്ങൾക്ക് അന്നത്തെ ഖുദൈവ് ആയിരുന്ന അബ്ബാസ് പാഷ രാജകീയമായ സ്വീകരണം നൽകി. ഈജിപ്തിൽ തങ്ങാൻ പാഷ നിർബന്ധിച്ചെങ്കിലും ഖലീഫയെ കാണാനും ചർച്ച നടത്താനും തങ്ങൾ തുർക്കിയിലേക്ക് പോകുകയായിരുന്നു. പാശ്ചാത്യരുടെ ഭീകരവാഴ്ചയിൽ നിന്ന് മുസ്ലീങ്ങളെ രക്ഷിക്കുന്നതു സംബന്ധിച്ച് ഖലീഫയുമായി തങ്ങൾ ചർച്ച നടത്തി. കുറച്ചുകാലം ഇസ്താംബൂളിൽ കഴിഞ്ഞശേഷം തങ്ങൾ മെക്കയിലേക്കു മടങ്ങി. പതിനെട്ടുവർഷം വിശുദ്ധ ഹറമിനടുത്ത് താമസിച്ചു. അവിടെവച്ച് പ്രശസ്ത പണ്ഡിതനായിരുന്ന സയ്യിദ് ശാഫിഈ ഹബ്ഷിയുടെ പുത്രിയെ വിവാഹം ചെയ്തു. അവരിൽ അദ്ദേഹത്തിന് അഹ്മദ് എന്ന പുത്രനും ശരീഫാ നൂർ എന്ന പുത്രിയും ജനിച്ചു.

ഹിജ്റ 1287 ൽ മെക്കയിൽനിന്ന് വീണ്ടും കോൺസ്റ്റാന്റിനോപ്പിളിലേക്ക് പോയി. അക്കാലത്തെ തുർക്കി ഖലീഫ അബ്ദുൽ അസീസ് ഖാനായിരുന്നു. ഹിജാസിൽ നടപ്പിൽ വരുത്തിയ ഭരണ പരിഷ്കാരങ്ങൾ ആസൂത്രണം ചെയ്തത് ഫസൽ തങ്ങളായിരുന്നു. പിന്നീട് തുർക്കി ഗവൺമെന്റ് ഫസൽ തങ്ങളെ യമനിലെ സഫാർ ഗവർണറായി നിയോഗിച്ചു. സയ്യിദ് അലവി തങ്ങളുടെ ജന്മദേശമാണിത്. അവിടത്തെ ഗോത്രവർഗക്കാരെ യോജിപ്പിച്ച് സയ്യിദ് ഫസൽ നടത്തിയ ഭരണം ഏറെ പ്രശംസ പിടിച്ചുപറ്റി. സയ്യിദ് ഫസലിന്റെ ഭരണത്തെ ബ്രിട്ടീഷുകാർപോലും രഹസ്യമായി ശ്ലാഘിച്ചിരുന്നതായി ചരിത്രം പറയുന്നു.

ഹിജ്റ 1293 ൽ സയ്യിദ് ഫസൽ വീണ്ടും തുർക്കിയിലെത്തി. അക്കാലത്ത് തുർക്കി ഖലീഫ സുൽത്താൻ അബ്ദുൾ ഹമീദായിരുന്നു. അദ്ദേഹം സയ്യിദ് ഫസലിനെ ഇസ്ലാമിക കാര്യങ്ങളിൽ ഗവൺമെന്റിന്റെ ഉപദേഷ്ടാവാക്കി. ഹിജാസ് റെയിൽവേ നിർമാണ കാര്യം ആദ്യമായി സുൽത്താന്റെ ശ്രദ്ധയിൽ പെടുത്തിയത് സയ്യിദ് ഫസൽ പൂക്കോയ തങ്ങളായിരുന്നുവത്രെ. ഈ റെയിൽവേയുടെ അവശിഷ്ടങ്ങൾ ഇന്നും സൗദിയിലുണ്ട്.

1901 ലാണ് സയ്യിദ് ഫസൽ പൂക്കോയ തങ്ങൾ കോൺസ്റ്റാന്റിനോപ്പിളിൽ വച്ച് മരിച്ചത്. അന്നത്തെ പത്രങ്ങൾ തങ്ങളുടെ ഫോട്ടോ സഹിതം വൻപ്രാധാന്യത്തോടെയാണ് ചരമവാർത്ത പ്രസിദ്ധീകരിച്ചത്. ഏറെക്കാലം സയ്യിദ് ഫസലിന്റെ സന്താനങ്ങൾക്ക് തുർക്കി ഖലീഫ പെൻഷൻ നൽകിയിരുന്നു. തുർക്കി ഖിലാഫത്ത് തകർന്നതോടുകൂടി ഇവർ സാമ്പത്തികമായി തകർന്നു.

മമ്പുറം ജാറം പ്രക്ഷോഭം

സയ്യിദ് ഫസൽ പൂക്കോയ തങ്ങളുടെ പിൻമുറക്കാരെ തിരിച്ചുകൊണ്ടുവരാൻ മുഹമ്മദ് അബ്ദുറഹ്മാൻ സാഹിബിന്റെ നേതൃത്വത്തിൽ നടത്തിയ മമ്പുറം ജാറം പ്രക്ഷോഭം പ്രസിദ്ധമാണ്. സാഹിബിന്റെ ജീവചരിത്രകാരന്മാർ ഈ പ്രക്ഷോഭം രേഖപ്പെടുത്തിയിട്ടുണ്ട്. 1933 ജനുവരി 16

ന് കോഴിക്കോട് ടൗൺഹാളിൽ അബ്ദുറഹ്മാൻ സാഹിബ് ഒരു പൊതുയോഗം വിളിച്ചുകൂട്ടി. ഇ മൊയ്തു മൗലവി അധ്യക്ഷത വഹിച്ച ആ യോഗത്തിൽ 33 പേരടങ്ങിയ മമ്പുറം റിസ്റ്റോറേഷൻ കമ്മിറ്റി രൂപവൽക്കരിച്ചു. സാഹിബിന്റെ ക്ഷണപ്രകാരം സയ്യിദ് ഫസലിന്റെ മകൻ സയ്യിദ് അലി കെയ്റോവിൽനിന്ന് കൊളംബോ വഴി മദിരാശിയിലെത്തി. പിറ്റേ ദിവസം തീവണ്ടിമാർഗം കോഴിക്കോട്ടെത്തി കളക്ടർ റസൽ സായിപ്പിനെ കണ്ടു. മലബാറിൽനിന്ന് മടങ്ങിപ്പോകാൻ കളക്ടർ തങ്ങളെ നിർബന്ധിച്ചു. മനസില്ലാമനസോടെ തങ്ങൾ സമ്മതിച്ചു. സയ്യിദ് അലി തങ്ങൾ ഇന്ത്യയിലെത്തുന്നതിനു മുമ്പുതന്നെ ഫ്രഞ്ച് ഭരണത്തിലായിരുന്ന മയ്യഴിയിൽ താമസിക്കാൻ എല്ലാവിധ സൗകര്യങ്ങളുമുള്ള ഒരു വീട് അബ്ദുറഹ്മാൻ സാഹിബ് സംഘടിപ്പിച്ചിരുന്നു. മലബാർ വിട്ടുപോകാമെന്ന് കളക്ടർക്ക് വാക്കു കൊടുത്തുപോയതിനാൽ വാഗ്ദാനലംഘനം നടത്തേണ്ട, മലബാറിൽ പെടാത്ത ഫ്രഞ്ചധീനപ്രദേശമായ മയ്യഴിയിലേക്ക് പോയാൽ മതിയെന്ന് സാഹിബ് തങ്ങളോട് പറഞ്ഞു. അദ്ദേഹം അതു സമ്മതിച്ചു. സയ്യിദ് അലിക്ക് ഫ്രഞ്ച് പൗരത്വം ലഭ്യമാക്കാനും സാഹിബ് ശ്രമം നടത്തിയിരുന്നു. ഇതിനിടെ എട്ടുമാസക്കാലം തന്റെ ഉറ്റവരെയും ഉടയവരെയും പിരിഞ്ഞു താമസിച്ച സയ്യിദ് അലി തങ്ങൾ ഗൃഹാതുരത്വം സഹിക്കവയ്യാതെ അറേബ്യയിലേക്കു തിരിച്ചുപോയി. (ഇദ്ദേഹം ഈജിപ്തിൽ വച്ച് മരണപ്പെടുകയായിരുന്നുവെന്ന് അൽ ശരീഫ് സഹൽ അൽ ഫദൽ പറഞ്ഞു). 1934 ലെ കേന്ദ്രഅസംബ്ലി 37 ലെ സംസ്ഥാന അസംബ്ളി തിരഞ്ഞെടുപ്പുകളിലെ പ്രചാരണങ്ങളിലെല്ലാം മമ്പുറം പ്രശ്നം മുഖ്യ ചർച്ചാവിഷയമായിരുന്നു. മമ്പുറം സ്വത്തിന്റെ യഥാർഥ അവകാശികളെ തിരിച്ചുകൊണ്ടുവരാനുള്ള ശ്രമം സാഹിബ് അവസാനം വരെ തുടർന്നിരുന്നു.

പിന്നീട് സയ്യിദ് ഫസലിന്റെ പിൻഗാമികൾ സ്വന്തം നിലയ്ക്ക് മടങ്ങിവരാൻ നടത്തിയ ശ്രമങ്ങളും പരാജയപ്പെടുകയായിരുന്നു. സയ്യിദ് ഫസലിന്റെ പേരമക്കളായ സൈനിൽ ആബിദീനും സയ്യിദ് ഫസലും 1936 ൽ മമ്പുറത്തേക്ക് പുറപ്പെട്ടിരുന്നു. നാടു വിടുമ്പോൾ സയ്യിദ് ഫസലിന്റെ കൂടെയുണ്ടായിരുന്ന സയ്യിദ് സഹലിന്റെ മക്കളായ ഇവരെ മദിരാശിയിൽ നിന്ന് ബ്രിട്ടീഷ് ഗവൺമെന്റ് അധികാരികൾ തിരിച്ചയയ്ക്കുകയായിരുന്നു. 1938 ൽ കോഴിക്കോട്ടെ കേരള മുസ്ലീം അസോസിയേഷൻ ശ്രീരാമ ജയം പ്രസിൽ അച്ചടിച്ച ലഘുലേഖയിൽ ഇക്കാര്യം വ്യക്തമാക്കുന്നുണ്ട്. സയ്യിദ് ഫസൽ പൂക്കോയ തങ്ങളുടെ പേരമക്കളായ സയ്യിദ് സൈനിൽ ആബിദീൻ സയ്യിദ് ഫസൽ മുതൽ പേരുടെ ഒരു കത്തും സന്ദേശവും എന്ന പേരിൽ അച്ചടിച്ച ഈ കുറിപ്പ് മലബാർ മുസ്ലീങ്ങളെയാണ് അഭിസംബോധന ചെയ്യുന്നത്. കത്തിൽനിന്ന്:

ഞങ്ങളുടെ കുടുംബം എൺപതിൽ ചിലാനം കൊല്ലമായി ഇന്ത്യ

യിൽനിന്ന് പുറപ്പെട്ടിട്ട്. ആയിടയിൽ സഫാർ, ഹിജാസ്, മിസർ, തുർക്കി, സിറിയ, ഇറാഖ് എന്നിവിടങ്ങളിലെല്ലാം അവർ സഞ്ചരിച്ചു. അക്കാലത്തൊക്കെയും മുസ്ലീങ്ങളിലുള്ള ഓരോ വർഗത്തെയും ശാഖകളെയും സംഘടന, ഐകമത്യം, യോജിപ്പ് എന്നീ ഗുണങ്ങളിലേക്കും സൽക്കാര്യങ്ങളെ ഉപദേശിക്കുക, ദുഷ്കർമങ്ങളെ വിരോധിക്കുക തുടങ്ങി ഇസ്ലാംമതം ശാസിക്കുന്നതായ മറ്റു സംഗതികളിലേക്കും ക്ഷണിച്ചുകൊണ്ടിരുന്നതല്ലാതെ സമാധാന ലംഘനത്തിനോ പ്രക്ഷോഭങ്ങളും ബഹളങ്ങളും ഉണ്ടാക്കുവാനോ മറ്റോ അവർ ഒരു സമുദായത്തെയും പ്രേരിപ്പിച്ചിട്ടില്ല. ഞങ്ങളുടെ ചരിത്രം പ്രത്യക്ഷമാണ്. ഞങ്ങൾ പ്രജകളാകുവാനിടയായ ഗവൺമെന്റുകളൊന്നും തന്നെ ഞങ്ങളെപ്പറ്റി ദോഷമായി ഒന്നുംതന്നെ പറഞ്ഞിട്ടില്ല. പൊതു സമാധാനത്തിന് വിഘാതമായ യാതൊന്നിലും ഞങ്ങൾ ഏർപ്പെട്ടിട്ടും ഇല്ല. ഈ സംഗതികളെല്ലാം അസൂയാലുക്കളായ ചിലർ ഞങ്ങളിൽ വച്ചുകെട്ടുന്ന വ്യാജ പ്രസ്താവനകളെ ഖണ്ഡിക്കുവാൻ മതിയായ തെളിവുകളാകുന്നു. വിശേഷിച്ച്, ബ്രിട്ടീഷ് ഗവൺമെന്റും ഞങ്ങളുമായുള്ള പെരുമാറ്റം നല്ല നിലയിലാണ്. ഞങ്ങൾ മലബാറിലേക്ക് വരുവാനിടയായാൽ അത് ഗവൺമെന്റിന് ഒരു വിധത്തിലും ദോഷകരമായിത്തീരുന്നതല്ല.

1936 ൽ കോഴിക്കോട്ടെ കേരള മുസ്ലീം അസോസിയേഷൻ സെക്രട്ടറിക്ക് സയ്യിദ് സൈനുൽ ആബിദീനും സയ്യിദ് ഫസലു സയ്യിദ് മുഹമ്മദ് മഹ്ദിയും എഴുതിയ കത്തിലും മമ്പുറത്തേക്ക് തിരിച്ചുവരാനുള്ള ആഗ്രഹം വ്യക്തമാക്കിയിരുന്നു. ആ കത്ത് ഇപ്രകാരമാണ്:

സയ്യിദ് അഹ്മദ് ആറ്റക്കോയ തങ്ങൾ ഞങ്ങളുടെ സ്വത്തുക്കളെ കൈവശം വച്ച് തിന്നുകൊണ്ടിരിക്കുന്നുവെന്ന് ഞങ്ങൾക്കറിയാം. ഞങ്ങളോ നിത്യവൃത്തിയുടെ കാര്യത്തിൽ വളരെ ബുദ്ധിമുട്ടിലും തിടുക്കത്തിലുമാണ്. ഇക്കാര്യം സർവശക്തനും പ്രതാപവാനുമായി രക്ഷിതാവിങ്കൽ ഭരമേൽപ്പിക്കുകയാണ് ഞങ്ങൾ ചെയ്യുന്നത്. 1931 ൽ രണ്ട് സ്ത്രീകൾ നിങ്ങളുടെ രാജ്യത്തേക്ക് വന്നു. ഒന്ന് പരേതനായ സയ്യിദ് സഹൽ പാഷയുടെ ഭാര്യയും ഞങ്ങളുടെ പിതാവ് പരേതനായ സയ്യിദ് ജഅഫർ ബേയുടെ മാതാവുമായ ഞങ്ങളുടെ ഉമ്മാമ്മയും മറ്റേത് ഞങ്ങളുടെ സഹോദരിയും ആയിരുന്നു. ഇവരുടെ കൂടെ മറ്റു ചിലരുമുണ്ടായിരുന്നു. അവർ പല ബുദ്ധിമുട്ടുകളും സഹിച്ചശേഷം യാതൊരു ഫലവും കിട്ടാതെ നിരാശരായി ഞങ്ങളുടെ അടുക്കലേക്ക് മടങ്ങുകയായിരുന്നു. സയ്യിദ് സഹൽ പാഷയുടെ പുത്രൻ സയ്യിദ് ജഅഫ്ർ ബേയുടെ സന്തതികളായ ഞങ്ങൾ ഒരു വലിയ കുടുംബമാണ്. ഇത്തരത്തിലുള്ള വലിയ ഒരു കുടുംബത്തിന് മുസ്ലീങ്ങളുടെ ഇടയിൽ അതിന്റെ സാമുദായിക

മായ സ്ഥാനം പരിരക്ഷിച്ചുകൊണ്ടിരിപ്പാൻ ധാരാളം ചെലവുകളുണ്ടാകുമെന്ന് നിങ്ങൾക്കറിയാമല്ലോ. സയ്യിദ് അഹ്മദ് ആറ്റക്കോയ തങ്ങൾക്ക് അല്ലാഹു തക്ക പ്രതിഫലം നൽകിക്കൊള്ളട്ടെ. അദ്ദേഹമാണല്ലോ ഞങ്ങളുടെ സ്വത്തുക്കൾ ഞങ്ങൾ അനുഭവിക്കാതിരിക്കാൻ കാരണമായി നിൽക്കുന്നത്.

ഞങ്ങൾ ബോംബെയിൽനിന്ന് കറാച്ചിയിലേക്കു മടങ്ങുമ്പോൾ കപ്പലിൽ ഞങ്ങളുടെ കൂടെ അവിചാരിതമായി സയ്യിദ് അഹ്മദ് ആറ്റക്കോയയും കയറിക്കൂടുവാൻ ഇടയായി. ഞങ്ങൾ അന്യോന്യം പറഞ്ഞറിഞ്ഞു. അദ്ദേഹം ഞങ്ങളോട് പറയുകയാണ്: നിങ്ങൾക്ക് മലബാറിൽ പറയത്തക്ക യാതൊന്നുമില്ല. എന്റെ ശത്രുക്കളായ ചില വ്യക്തികൾ അവിടെയുണ്ട്. അവർ നിങ്ങൾ മാർഗമായി അവരുടെ കാര്യസാധ്യത്തിന് ശ്രമിക്കുകയാണു ചെയ്യുന്നത്. അദ്ദേഹം ഞങ്ങൾക്ക് വളരെ സ്വാഗതമെല്ലാം പറഞ്ഞു. എന്നാൽ അദ്ദേഹത്തിന്റെ കള്ളത്തരവും ദുരുദ്ദേശ്യങ്ങളും ഞങ്ങൾക്കറിയാമായിരുന്നു.

സയ്യിദ് ഫസൽ തങ്ങളുടെ പിൻഗാമികൾ

ഇനി അൽ ശരീഫ് മുഹമ്മദ് സഹൽ അൽ ഫസലിന്റെ വാക്കുകൾക്ക് കാതോർക്കാം. സയ്യിദ് ഫസൽ പൂക്കോയ തങ്ങൾ നാടുവിടുമ്പോൾ കൂടെ രണ്ടു മക്കളാണുണ്ടായിരുന്നത്. സയ്യിദ് സഹലും സയ്യിദ് ഹസനും. വിദേശവാസത്തിനിടെ നടന്ന വിവാഹത്തിൽ നാലു മക്കൾ കൂടി ജനിച്ചു. മുഹമ്മദ് അൽഫാത്വിഹ്, സയ്യിദ് അലി ബേ, മുഹമ്മദ് യൂസുഫ് ബേ, അഹമ്മദ് ബേ, മുഹമ്മദ് ബാഷ. ഇവരിൽ മുഹമ്മദ് അൽ ഫാത്വിഹും സയ്യിദ് അലിയും സന്താനങ്ങളില്ലാതെയാണ് മരിച്ചത്. സഹൽ, ഹസൻ, മുഹമ്മദ് യൂസുഫ്, അഹ്മദ്, മുഹമ്മദ് എന്നിവരുടെ പരമ്പരകളാണ് ഇപ്പോൾ സിറിയയിലെ ലാദകിയയിൽ ജീവിച്ചിരിക്കുന്നത്. നാലു തലമുറകളിലായി നൂറോളം പേരാണ് ഇപ്പോൾ അൽ ഫദ്ൽ കുടുംബത്തിലുള്ളത്. സഹൽ ബാഷയുടെ പേരമക്കളായ സൈനിൽ ആബിദീനും (93) ഫദ്‌ലുമാണ് (92) കൂട്ടത്തിൽ ഏറ്റവും പ്രായമുള്ളവർ. അൽ സഹലിന്റെ മകൻ മുഹമ്മദും (12) സൈനുൽ ആബീദിന്റെ മകൻ മുഹമ്മദ് സാഫിയുടെ മകൻ സൈനുൽ ആബിദീനുമാണ് (12) ഏറ്റവും പ്രായം കുറഞ്ഞവർ.

ധീരനായ ഒരു സ്വാതന്ത്ര്യസമര സേനാനിയുടെ കുടുംബത്തോട് സ്വാതന്ത്ര്യത്തിനുശേഷവും ഇന്ത്യ കാണിച്ച അനീതിയുടെയും മനുഷ്യാവകാശ ലംഘനത്തിന്റെയും കൂടി കഥയാണ് സഹലിന്റെ വാക്കുകളിൽ ഒളിഞ്ഞുകിടക്കുന്നത്. തുർക്കിയിൽ കഴിയുമ്പോഴും ജന്മനാട്ടിലേക്ക് മടങ്ങിവരാൻ സയ്യിദ് ഫസൽ ആഗ്രഹിച്ചിരുന്നു. അവസരം കിട്ടിയാൽ നാ

ട്ടിലേക്ക് മടങ്ങണമെന്ന് അദ്ദേഹം മക്കളോട് ആവശ്യപ്പെട്ടിരുന്നു. പക്ഷേ ഒരിക്കലും മടങ്ങിവരാൻ സാധിക്കാത്തവിധം ബ്രിട്ടീഷുകാർ സയ്യിദ് ഫസൽ കുടുംബത്തിന് വിലക്ക് ഏർപ്പെടുത്തുകയായിരുന്നു.

> സയ്യിദ് ഫസലിന് ഒരിക്കലും നാട്ടിലേക്കു മടങ്ങാൻ സാധിച്ചില്ല. സയ്യിദ് ഫസലിന്റെ മകൻ മുഹമ്മദ് യൂസഫ് ബേ, അലി ബേ, എന്റെ നേർ മുത്തച്ഛൻ ജഅ്ഫർ, എന്റെ പിതാവ് ഫദൽ, അദ്ദേഹത്തിന്റെ ജ്യേഷ്ഠൻ സൈനിൽ ആബിദീൻ എന്നിവരും മമ്പുറത്തേക്ക് മടങ്ങാൻ ശ്രമിച്ചിരുന്നു. ഇവരെ മുഴുവൻ ബ്രിട്ടീഷ് ഭരണകൂടം തിരിച്ചയയ്ക്കുകയായിരുന്നു. സയ്യിദ് സഹലിന്റെ ഭാര്യയും ജഅ്ഫർ ബേയുടെ സഹോദരിയും നാട്ടിലേക്കു പോയെങ്കിലും ഫലം കിട്ടാതെ തിരിച്ചു വരികയായിരുന്നു. പഴയ രേഖകൾ ചികഞ്ഞ് സഹൽ അൽ ഫദൽ പറഞ്ഞു.

തുർക്കി ഖിലാഫത്തിന്റെ പതനത്തിനുശേഷം തങ്ങളുടെ മകൻ ഹസൻ ബാഷയാണ് തുർക്കിയിൽനിന്ന് സിറിയയിലേക്കുള്ള കുടിയേറ്റത്തിന് തുടക്കമിട്ടത്. അദ്ദേഹം കരമാർഗം മക്കയിലേക്കു വരുന്നതിനിടെ ലാദകിയയിൽ കുറച്ചുകാലം തങ്ങി. ഈ ഭൂപ്രദേശവും അവിടത്തെ കാലാവസ്ഥയും ഇഷ്ടപ്പെട്ട അദ്ദേഹം അവിടെ സ്ഥിരതാമസമാക്കുകയായിരുന്നുവെന്ന് സഹൽ പറയുന്നു

കുടുംബത്തെയും പരിചാരകരെയും പിന്നീട് അവിടേക്ക് കൊണ്ടുവന്നു. നേരത്തെ കടൽമാർഗം ജിദ്ദയിലേക്ക് പുറപ്പെട്ട സയ്യിദ് ഫസലിന്റെ മറ്റൊരു മകൻ സഹൽ ബോട്ടു തകർന്ന് ലബനോൻ തുറമുഖത്തു കുടുങ്ങി. മൂന്നു വർഷത്തോളം അവിടെ തങ്ങിയ സഹലും പിന്നീട് ലാദകിയയിലെത്തി.

പൂക്കോയ തങ്ങളുടെ മറ്റൊരു മകനായ മുഹമ്മദ് യൂസുഫ് ബേയും ഇസ്താംബൂളിൽനിന്ന് പിന്നീട് കുടുംബസമേതം ലാദകിയയിലെത്തി. കുടുംബത്തെ അവിടെ നിർത്തി യൂസുഫ് ബേ ഇക്കാലത്താണ് മമ്പുറത്തേക്ക് പോകാൻ ഇന്ത്യയിലേക്കു പോയത്. ബ്രിട്ടീഷ് ഭരണകൂടം അദ്ദേഹത്തെ തിരിച്ചയച്ചു. ഇറാഖ് വഴിയാണ് അദ്ദേഹം മടങ്ങിയത്. ബാഗ്ദാദിലെത്തിയപ്പോൾ ഹസൻ ഒന്നാമൻ രാജാവ് അദ്ദേഹത്തോട് അവിടെ തങ്ങാൻ പറഞ്ഞു. മുഹമ്മദ് യൂസുഫിനെ ഹസൻ രാജാവ് മുദീറുൽ ഔഖാഫുൽ ഇസ്ലാമിയയായി നിയമിച്ചു. ഇദ്ദേഹത്തിന്റെ തലമുറയിൽപ്പെട്ടവർ ഇപ്പോഴും ബാഗ്ദാദിലുണ്ട്. സഹൽ അൽ ഫദ്ലിന്റെ മാതാവ് മുഹമ്മദ് യൂസുഫിന്റെ പരമ്പരയിൽ പെട്ടവരാണ്.

സഹലിന്റെ മുത്തച്ഛൻ ജഅഫ്ർ ബൈറൂത്തിലായിരുന്നു ആദ്യകാലത്ത് ജീവിച്ചിരുന്നത്. ബൈറൂത്തിൽനിന്ന് ബാഗ്ദാദിലെത്തിയ ജഅഫ്റും മമ്പുറത്തേക്ക് പുറപ്പെട്ടതാണ്. മദ്രാസിലെത്തിയ അദ്ദേഹം അന്നത്തെ മദ്രാസ് ചീഫ് സെക്രട്ടറിയുമായി കൂടിക്കാഴ്ച നടത്തിയിരുന്നു.

മദ്രാസിൽനിന്ന് പക്ഷേ, അദ്ദേഹത്തിനു തിരിച്ചുപോരേണ്ടിവന്നുവെന്ന് സഹൽ പറഞ്ഞു. രോഗിയായി ലബനോനിൽ തിരിച്ചെത്തിയ അദ്ദേഹം മൂന്നുമാസത്തിനിടെ അവിടെവച്ചു മരണപ്പെട്ടു. ലാദകിയയിലുള്ള പിതാവിന്റെ അടുത്തേക്ക് പോകാൻ ഭാര്യയോടും മക്കളോടും അദ്ദേഹം രോഗശയ്യയിൽവച്ച് ആവശ്യപ്പെട്ടിരുന്നു. ജഅഫ്റിന്റെ കുടുംബവും അങ്ങനെ ലാദകിയയിലെത്തി.

"മമ്പുറത്തെക്കുറിച്ച് ഞങ്ങൾക്ക് കേട്ടറിവേയുള്ളൂ. തൊണ്ണൂറ് പിന്നിട്ട എന്റെ പിതാവിനും അദ്ദേഹത്തിന്റെ സഹോദരനും മമ്പുറം കാണാൻ ഇപ്പോഴും മോഹമുണ്ട്. അധികം വൈകാതെ ഞങ്ങൾ മമ്പുറം സന്ദർശിക്കും" - സഹൽ പറഞ്ഞു. മമ്പുറം കുടുംബത്തിന്റെ കാര്യത്തിൽ മുഹമ്മദ് അബ്ദുറഹ്മാൻ സാഹിബിന്റെ കാലശേഷം ആരും താൽപ്പര്യമെടുത്തതായി അറിയില്ല. മമ്പുറം സ്വത്തിന്റെ ചുമതലയുണ്ടായിരുന്നവർ ഖാൻ ബഹാദൂർ പട്ടം സ്വീകരിച്ച് ബ്രിട്ടീഷുകാരുടെ ആജ്ഞാനുവർത്തികൾ ആകുകയായിരുന്നു. ഇന്ന് പക്ഷേ, മമ്പുറം ജാറവും അനുബന്ധ സ്വത്തുക്കളും വീണ്ടും വാർത്തകളിൽ നിറയുന്നു. മഖാമും അനുബന്ധ സ്വത്തുക്കളും വഖഫിന്റെ കീഴിൽ കൊണ്ടുവന്ന് എല്ലാ വിശ്വാസികളുടെയും പൊതുസ്വത്താക്കണമെന്ന് വാദിക്കുന്നവരും മഖാം ചെമ്മാട്ടെ ദാറുൽ ഹുദാ അക്കാദമിക്ക് അവകാശപ്പെട്ടതാണെന്ന് വാദിക്കുന്നവരുമാണ് തർക്കത്തിനു പിന്നിൽ. ഈ തർക്കത്തിലൊന്നും ബിനാ ഉശ്ശറാഫിലെ അന്തേവാസികൾക്ക് താൽപ്പര്യമില്ല. കാരണം സയ്യിദ് ഫസൽ മുക്ത്യാർ ഏൽപ്പിച്ചുകൊടുത്ത് സ്വത്തു തിരിച്ചുകിട്ടാൻ അദ്ദേഹം തന്നെ ശ്രമം നടത്തിയിരുന്നതാണ്. പിൽക്കാലത്ത് അദ്ദേഹത്തിന്റെ പിൻഗാമികൾ നടത്തിയ ശ്രമവും വിഫലമാകുകയായിരുന്നു.

സയ്യിദ് ഫസലിന്റെ പിൻമുറക്കാർ അഥവാ മമ്പുറം സ്വത്തിന്റെ യഥാർഥ അവകാശികൾ ജീവിച്ചിരിക്കുന്നുവെന്ന് മനസിലാക്കിയ ദാറുൽ ഹുദയുടെ വക്താക്കൾ ഇപ്പോൾ ഇവരെ കേരളത്തിലെത്തിക്കാൻ ശ്രമം ആരംഭിച്ചതായാണ് വിവരം. സ്വത്തുതർക്കത്തിനിടെ പൂർവപിതാവിന്റെ ജന്മനാട് കാണാനുള്ള ഇവരുടെ മോഹത്തിന് തൽപ്പരകക്ഷികളുടെ പുതിയ തലമുറയും കൂച്ചുവിലങ്ങു തീർക്കുമോ എന്ന് ആരറിഞ്ഞു?

സയ്യിദ് ഫസൽ തങ്ങളും മാപ്പിള കാർഷിക സമൂഹവും

ഡോ. കെ കെ എൻ കുറുപ്പ്

മുൻ ഏറനാടു-വള്ളുവനാടു താലൂക്കുകളിൽ പത്തൊമ്പതാം നൂറ്റാണ്ടിലും തുടർന്ന് ഇരുപതാം നൂറ്റാണ്ടിന്റെ ആദ്യ ദശാബ്ദങ്ങളിലും ജന്മി നാടുവാഴിത്തവിരുദ്ധവും അതോടൊപ്പം സാമ്രാജ്യവിരുദ്ധവുമായ അനേകം കലാപങ്ങൾ നടന്നു. പത്തൊമ്പതാം നൂറ്റാണ്ടിലെ കലാപങ്ങളെ മാപ്പിള പൊട്ടിത്തെറികൾ അഥവാ ഔട്ട്റേജസ് എന്നാണ് ബ്രിട്ടീഷ് ഭരണാധികാരികൾ വിശേഷിപ്പിച്ചത്. ഇരുപതാം നൂറ്റാണ്ടിൽ ഇന്ത്യൻ ദേശീയ പ്രസ്ഥാനം വളർന്നു വന്നപ്പോൾ ഖിലാഫത്ത് പ്രസ്ഥാനത്തിന്റെയും കുടിയാൻ പ്രസ്ഥാനത്തിന്റെയും ആശയങ്ങൾ ഉൾക്കൊണ്ട് ഇന്ത്യയിൽ തന്നെ 1857 നു ശേഷം ഉയർന്നു വന്ന ഏറ്റവും വലിയ സാമ്രാജ്യവിരുദ്ധ സായുധകലാപമായി 1921 ൽ പത്തുമാസത്തോളം മലബാർ കലാപം നീണ്ടു നിന്നു.

ഈ കലാപങ്ങളുടെ ഒരു പൊതുസ്വഭാവം അവ ബ്രിട്ടീഷുകാർ ഇവിടെ നടപ്പിലാക്കിയ ഭരണസംവിധാനത്തിനും ആ ഭരണസംവിധാനം ഉപയോഗപ്പെടുത്തി ഇവിടത്തെ ജന്മി-നാടുവാഴിത്ത ശക്തികൾ മാപ്പിള സമൂഹത്തിനെതിരായി നടത്തിവന്ന സാമ്പത്തിക സാമുദായിക മർദനങ്ങൾക്കും എതിരായി ഉയർന്നു വന്നവയാണെന്നതാണ്. പത്തൊമ്പതാം നൂറ്റാണ്ടിലെയും ഇരുപതാം നൂറ്റാണ്ടിലെയും ഈ കലാപങ്ങൾക്കു തമ്മിൽ വ്യത്യസ്തമായ ആശയതലങ്ങളും പ്രവർത്തനശൈലികളും കാണാവുന്നതാണ്.

ബ്രിട്ടീഷുരേഖകളും പല ചരിത്രപഠനങ്ങളും വ്യക്തമാക്കുന്നതുപോലെ ഈ കലാപങ്ങളിൽ ഇസ്ലാമിക പ്രത്യയശാസ്ത്രത്തിന്റെ വലിയ സ്വാധീനം കാണാവുന്നതാണ്. മാപ്പിള സമൂഹം പൊതുവായും പ്രത്യേകിച്ച് ഗ്രാമീണ ദരിദ്രവിഭാഗം സാമ്പത്തികമായും സാമൂഹ്യമായും അനു

ഭവിച്ചു വന്നിരുന്ന അവശതകൾക്കെതിരായി മതപരമായ ചിന്തകളും പ്രവർത്തനങ്ങളും ഉപയോഗപ്പെടുത്തിയുള്ള ഒരു ചെറുത്തുനിൽപ്പ് ഈ കലാപങ്ങളിൽ കണ്ടെത്താം. ഈ അവശതകളെ മതപരമായ സ്ഥാപനങ്ങൾ അതിന്റെ തന്നെ തത്വശാസ്ത്രത്തിലധിഷ്ഠിതമായി തടഞ്ഞുനിൽക്കുന്നതിനു ചില പ്രവർത്തനശൈലികൾ ആവിഷ്കരിച്ചു. തെക്കേ മലബാറിലെ കാർഷിക സമൂഹത്തിൽ ഇത്തരത്തിലുയർന്നുവന്ന പ്രവർത്തനങ്ങളെ മതഭ്രാന്തു കൂടിയായി കൊളോണിയൽ ഭരണാധികാരികൾ വിശേഷിപ്പിക്കുകയുണ്ടായി. അവരുടെ കാൽപ്പാടുകൾ തുടരുന്ന വർഗീയവാദികളായ ചരിത്രകാരന്മാരും അവരെ പിന്തുണക്കുന്ന വർഗീയ - രാഷ്ട്രീയ പ്രസ്ഥാനങ്ങളും ഇത് ഉപയോഗപ്പെടുത്തി.

വില്യം ലോഗനും മറ്റും അവരുടെ റിപ്പോർട്ടുകളിൽ വിശകലനം ചെയ്തതുപോലെ കൊളോണിയൽ ഭരണം സൃഷ്ടിച്ച പ്രതികൂലമായ കാർഷിക ബന്ധങ്ങളും ഗ്രാമീണ ദാരിദ്ര്യവും മാപ്പിളമാർക്കു അന്നത്തെ സമൂഹത്തിലനുഭവിക്കേണ്ടിവന്ന പ്രത്യേകമായ അവശതകളും എല്ലാം കൂടിയാണ് ഇത്തരം സമരങ്ങളുടെ പശ്ചാത്തലം സൃഷ്ടിച്ചത്. ഒരു പൊതുസമൂഹത്തിന്റെ പൊതുവായ താൽപ്പര്യങ്ങളിൽ നിന്നും വ്യത്യസ്തമായി ഒരു മതവിഭാഗമെന്ന നിലയിൽ മാത്രം പ്രതികരിച്ചപ്പോൾ ഈ സമരങ്ങൾ ലക്ഷ്യം നേടാൻ കഴിയാതെ അടിച്ചമർത്തപ്പെട്ടതും അവ പരാജയപ്പെട്ടതും ഇ എം എസ് നമ്പൂതിരിപ്പാട് അദ്ദേഹത്തിന്റെ ശ്രദ്ധേയമായ ഒരു പഠനത്തിൽ *ആഹ്വാനവും താക്കീതും* (1946) എന്ന പേരിൽ പ്രസിദ്ധീകരിച്ചത് ഇവിടെ പ്രത്യേകം ശ്രദ്ധേയമാണ്.

പത്തൊമ്പതാം നൂറ്റാണ്ടിലെ മാപ്പിള പൊട്ടിത്തെറികൾക്കു പ്രേരണ നൽകി പ്രവർത്തിച്ച മതപരമായ ആശയം ഇസ്ലാമിക നവോത്ഥാനത്തിലെ കേരളത്തിൽ രൂപം കൊണ്ടുവരുന്ന ശക്തികളായിരുന്നു. ഇന്ത്യയിൽ തന്നെ ഇത്തരം ആശയങ്ങളുടെ പ്രേരണകൊണ്ട് വഹാബിപ്രസ്ഥാനം വടക്കെ ഇന്ത്യയുടെ പല ഭാഗങ്ങളിലും ബ്രിട്ടീഷുകാർക്കെതിരായി തുറന്ന യുദ്ധങ്ങളിലും കലാപങ്ങളിലും ഏർപ്പെട്ടിരുന്നു. ആന്തമാൻ ജയിലിൽ വെച്ച് ഇന്ത്യൻ ഗവർണർ ജനറലും വൈസ്രോയിയുമായ മേയോ പ്രഭുവിനെ വധിച്ചത് ഒരു വഹാബി തടവുകാരനായിരുന്നു.

ഇസ്ലാം തെക്കേ മലബാറിൽ ഇത്തരത്തിൽ ഒരു സംഘടിത മതശക്തിയായി ഒരു സായുധകലാപം നേരിട്ടു നിടത്തിയില്ലെങ്കിലും പുനരുജ്ജീവനാത്മകമായ ആശയങ്ങൾ വഴി ഇത്തരം പൊട്ടിത്തെറികൾക്കു ആശയപരമായ അടിത്തറയും ശഹീദുക്കളാവുന്ന മാപ്പിള മുജാഹിദീൻമാർക്കു ദൈവികതയുടെ അംഗീകാരവും ഉറപ്പു നൽകിയിരുന്നു. ഇത്തരത്തിൽ മമ്പുറം കേന്ദ്രമാക്കി തിരൂരങ്ങാടിയിൽ മതപരമായ പ്രവർത്തനം നടത്തിയിരുന്ന തങ്ങൾ കുടുംബം ഈ കലാപങ്ങൾക്ക് അനുഗ്രഹാശിസ്സുകളും ആശയപരമായ നേതൃത്വവും നൽകിയിരുന്നുവെന്നു ചരിത്രപഠനങ്ങൾ വ്യക്തമാക്കുന്നു.

പ്രവാചകന്റെ വിശുദ്ധകുടുംബാംഗമായ സയ്യിദ്അലവി തങ്ങൾ (1752 – 1844) ഹളർ മൌത്തിൽ നിന്നും 1770 ൽ മിഷനറി പ്രവർത്തനത്തിനായി മമ്പുറത്ത് ആവാസം ഉറപ്പിച്ചു. അതിനുമുമ്പു തന്നെ മാതുലനായ ജിഫ്രി തങ്ങൾ കോഴിക്കോട്ടെത്തിയിരുന്നു. എന്നാൽ മാപ്പിള പൊട്ടിത്തെറികൾ പ്രധാനമായും 1836 മുതൽക്കായിരുന്നു ആരംഭിച്ചത്. അലവി തങ്ങളെ മാപ്പിളമാർ തറമ്മൽ തങ്ങളെന്നും വിളിച്ചുവന്നു. അദ്ദേഹത്തിന്റെ മകൻ, സയ്യിദ് ഫസൽ പൂക്കോയ തങ്ങളും മതപരമായ പുനരുജ്ജീവന പ്രസ്ഥാനത്തിലൂടെ ഈ പൊട്ടിത്തെറികളെ പ്രോത്സാഹിപ്പിക്കുകയും അവയ്ക്കു ദൈവശാസ്ത്രപരമായ അനുഗ്രഹാശിസ്സുകൾ നൽകുകയും ചെയ്തു. സയ്യിദ് ഫസൽ തങ്ങളുടെ ഉപദേശങ്ങളിൽ ശരിയത്തിനെ അടിസ്ഥാനമാക്കിയുള്ള സുന്നി യാഥാസ്ഥിതികത്വം പ്രചരിപ്പിക്കാനുള്ള അലവി പ്രസ്ഥാനത്തിന്റെ സമീപനം ശക്തമായിരുന്നു. ഇവരുടെ മതപരമായ പ്രസ്ഥാനം സൂഫിസത്തിന്റെ ഖാദിരിയ്യാ ത്വരീഖാത്ത് എന്നു വിശേഷിപ്പിക്കപ്പെട്ടു.

ഫ്യൂഡൽ ബന്ധങ്ങളുടെ തുടർച്ചയെന്നോണം കുടിയാന്മാരും താഴ്ന്ന ജാതിവിഭാഗങ്ങളും മറ്റും ഉടമകളായ നായന്മാരോടും നമ്പൂതിരിമാരോടും പ്രത്യേകമായ ആചാരഭാഷ ഉപയോഗിക്കേണ്ടിയിരുന്നു. ഒരു നൂറ്റാണ്ടിനു ശേഷം മലബാറിൽ അഖിലമലബാർ കർഷകസംഘവും മറ്റും ഇത്തരം ആചാരഭാഷകളെ അതായത് ഉടയോർ, തമ്പുരാൻ, ചെമ്പുകാശ് തുടങ്ങിയ പദങ്ങൾ ഉപയോഗിക്കുന്നത് ഇല്ലാതാക്കിവന്നു. സയ്യിദ് ഫസൽ തങ്ങൾ തന്റെ ഉപദേശങ്ങളിൽ നായന്മാരെയും മറ്റും മാപ്പിളമാർ 'നിങ്ങൾ' എന്നു അഭിസംബോധന ചെയ്യുന്നതിനു പകരം 'നീ' എന്നു മാത്രം വിളിക്കാൻ പ്രേരിപ്പിച്ചു. ഇതാകട്ടെ ഫ്യൂഡൽ അധികാര വ്യവസ്ഥയുടെ നേരെ ഒരു വെല്ലുവിളിയായി കണക്കാക്കണം. കർഷകരുടെ കലാപങ്ങളിൽ അധികാര വ്യവസ്ഥയെ ഉല്ലംഘിക്കുന്ന ഒന്നായി ഇത്തരം ഭാഷാപ്രയോഗത്തെ രൺജിത്ത് ഗുഹയും മറ്റും സമീപകാലത്ത് വിലയിരുത്തുന്നതു കാണാം.

ഇത്തരത്തിൽ ഫ്യൂഡൽ ബന്ധങ്ങൾക്കെതിരായി ചെറുത്തു നിൽക്കാനുള്ള ആശയപരമായ ഒരു നീക്കം സയ്യിദ് ഫസൽ തങ്ങൾ തെക്കേ മലബാറിൽ ഗ്രാമീണരായ മാപ്പിളകർഷകരിൽ 1840 കളിൽ ആരംഭിച്ചുവെന്നു പറയാം. അന്ന് മാപ്പിളമാരും മറ്റും പ്രത്യേകിച്ചു മതമാറ്റം നടത്തി വന്നവർ, നായന്മാരുടെ ഉച്ഛിഷ്ടമായ ഭക്ഷണം (ബാക്കിവന്ന എച്ചിൽ) കഴിക്കുക പതിവായിരുന്നു. അത് നിഷേധിച്ചുകൊണ്ടു തങ്ങൾ ഫത്ത്വ തന്നെ പുറപ്പെടുവിച്ചിരുന്നു. ഇതിനെല്ലാം പുറമേ ഹിന്ദുജന്മിമാർ ഒരു കുടിയാനെ ഒഴിപ്പിക്കുകയാണെങ്കിൽ അവരെ വധിക്കുകയെന്നത് നിയമവിധേയമായ കൃത്യമാണെന്നുകൂടി പ്രഖ്യാപിച്ചിരുന്നു.

തെക്കേ മലബാറിൽ അന്നു നിലനിന്നിരുന്ന ജാതി – ജന്മി അധികാര വ്യവസ്ഥയ്ക്കെതിരായി, ദരിദ്രരായ മാപ്പിളവിഭാഗത്തെ ആശയപര

മായി സംഘടിപ്പിക്കാനും പ്രചോദിപ്പിക്കാനും തങ്ങൾ നേതൃത്വവും ദൈവ ശാസ്ത്രപരമായ അനുഗ്രഹാശിസ്സും നൽകിയിരുന്നു. മാപ്പിള പൊട്ടിത്തെറികളിൽ തങ്ങളുടെ നേരിട്ടുള്ള പങ്കാളിത്തം ഉണ്ടായിരുന്നില്ലെങ്കിലും അദ്ദേഹവുമായി ബന്ധപ്പെട്ട ശിഷ്യരുടെയും മറ്റ് അനുയായികളുടെയും നേരിട്ടുള്ള പങ്കാളിത്തം ബ്രിട്ടീഷ് ചരിത്രരേഖകളിൽ നിന്നും വ്യക്തമാണ്. മമ്പുറത്തിനു ചുറ്റും മുപ്പതുനാഴിക ചുറ്റളവിലാണ് പ്രധാനമായും ഈ പൊട്ടിത്തെറികൾ ഉണ്ടായിട്ടുള്ളതെന്നു കാണാം. അതിന്റെ കാരണം മമ്പുറം കേന്ദ്രമാക്കിയുള്ള അലവിയാ പ്രസ്ഥാനവും അലവി തങ്ങളുടെയും ഫസൽ തങ്ങളുടെയും പ്രവർത്തനവും ആണെന്നും അനീതികൾക്കെതിരായ രക്തസാക്ഷിത്വത്തിലൂടെ സ്വർഗം വാഗ്ദാനം ചെയ്യുന്ന മതപരമായ ആശയവും ഇസ്ലാം അനുയായികൾ മുജാഹിദീൻ (പോരാളികൾ) ആയി മാറേണ്ടതാണെന്നും മറ്റുമുള്ള മതസമീപനവും ആണെന്നു കണ്ടെത്താം.

അമുസ്ലീമിങ്ങളായ സമുദായങ്ങളിൽ പെട്ടവരെ വധിച്ചുകൊണ്ട് ബ്രിട്ടീഷ് സൈനികർക്കെതിരായി യുദ്ധം ചെയ്തു മരിച്ചവരെ ആരാധിക്കുന്ന നേർച്ചകൾ തെക്കെ മലബാറിൽ ചിലേടങ്ങളിലുണ്ട്. തിരൂരങ്ങാടിയിലും പാണ്ടിക്കാട്ടും 1843ൽ രണ്ടു പൊട്ടിത്തെറികളുണ്ടായി. ആദ്യത്തേത് ഒക്ടോബർ 15നും രണ്ടാമത്തേത് ഡിസംബർ 17നും ആയിരുന്നു. പൊട്ടിത്തെറികളുടെ രീതിയെ 'ഹാലിളക്കം' എന്നു വിളിച്ചുവന്നു. ഓരോ ഹാലിളക്കത്തിനും ഒരു പൊതുരീതി നിലനിന്നിരുന്നു. പരിശുദ്ധ മാസത്തിലും (റമദാൻ) പള്ളിയിൽ വ്രതാനുഷ്ഠാനത്തിലിരുന്നും ഭാര്യയെ മൊഴിചൊല്ലി പറഞ്ഞയച്ചും ശഹീദുക്കളുടെ മക്ബറ സന്ദർശിച്ചും വീടുകളിലെ ആരാധനയായ മൗലൂദുകളിൽ (മൊയ്തീൻ മാലപ്പാട്ട്, ബദർപാട്ടു തുടങ്ങിയവ) പങ്കെടുത്തും പരിശുദ്ധരായ തങ്ങന്മാരിൽ നിന്നും ശഹീദാകുന്നതിനു അനുവാദം വാങ്ങിയും വെള്ളവസ്ത്രം ധരിച്ചും വളരെ നാഴികയോളം യാത്രചെയ്തു ശത്രുവെ നിഗ്രഹിച്ചും പൊലീസിനു കീഴടങ്ങാതെ ചാവേർ പടയാളിയെപ്പോലെ മരിച്ചുവീഴുന്നതും ഇതിന്റെ സ്വഭാവമായിരുന്നു. ചില ഹാലിളക്കങ്ങളിൽ വഴിയിൽ കണ്ട ഏതെങ്കിലും അന്യമതാനുയായിയെ വധിച്ചും സ്വയം ശഹീദാവുന്ന ഒരു മാർഗവും ഈ പൊട്ടിത്തെറികളിൽക്കാണാം. കാർഷിക ബന്ധങ്ങളിൽ ജന്മിമാരും ബ്രിട്ടീഷ് നിയമവ്യവസ്ഥയും യോജിച്ചുകൊണ്ടു സൃഷ്ടിച്ചിട്ടുള്ള അനഭിലഷണീയമായ മർദനസ്വഭാവത്തെ നേരിടാൻ മാപ്പിളമാരായ കർഷകസമൂഹം സ്വീകരിച്ച ഭീകരസ്വഭാവമുള്ള ഒരു പ്രതിരോധ തന്ത്രമായി ഇതിനെ ചിലരെങ്കിലും വിലയിരുത്തുന്നു.

തിരൂരങ്ങാടിയിലെ ഒരു ഈഴവസ്ത്രീ മതംമാറുകയും കുപ്പായം ധരിക്കുകയും ചെയ്തിരുന്നു. സ്ത്രീ നായരിൽ നിന്നും പന്ത്രണ്ടടി അയിത്തദൂരം മാറിനിൽക്കുകയും ചെയ്തിരുന്നില്ല. കൂടാതെ സ്ഥലത്തെ ഗ്രാമാധികാരിയായ നായരെ 'നീ'യെന്നു വിളിക്കുകയും ചെയ്തു. ഇതാ

കട്ടെ ഫസൽ തങ്ങളുടെ സിദ്ധാന്തം നടപ്പിലാക്കുന്നതായിരുന്നു. അന്ന് അദ്ദേഹത്തിന്റെ പ്രായം 19 വയസു മാത്രമാണ്. ഒരു നായർ ഈ സ്ത്രീയുടെ കുപ്പായം അഴിപ്പിച്ചു. ഇത് അവിടത്തെ മാപ്പിളമാർക്കിടയിൽ ഒരു പ്രക്ഷോഭം തന്നെ സൃഷ്ടിച്ചു. ഒരു മാസത്തിനുള്ളിൽ അധികാരി വധിക്കപ്പെട്ടു. ഹാലിളക്കത്തിൽ വധിക്കപ്പെട്ട മാപ്പിളമാരുടെ ഖബറിടത്തിലെ നേർച്ചയിൽ ഫസൽ തങ്ങൾ മുഖ്യസ്ഥാനം വഹിക്കുകയും ചെയ്തിരുന്നു.

ഈ പശ്ചാത്തലത്തിൽ മാപ്പിള പൊട്ടിത്തെറികളെപ്പറ്റി അന്വേഷിച്ച ടി എൽ സ്ട്രെയിഞ്ച് കമ്മീഷൻ ഫസൽ തങ്ങളെ അറേബ്യയിലേക്കു നാടുകടത്തേണ്ടതാണെന്നു ശുപാർശ ചെയ്യുകയുണ്ടായി. ഈ ശുപാർശ വരുന്നതിനു മുമ്പുതന്നെ മലബാർ ജില്ലാ കളക്ടർ കനോലി അദ്ദേഹത്തെ പരപ്പനങ്ങാടിയിൽ നിന്നും അൻപതോളം ബന്ധുക്കളും ഭൃത്യരുമടക്കം അറേബ്യയിലേക്കു നാടുകടത്തി. ഈ വിവരമറിഞ്ഞുതന്നെ തങ്ങളുടെ വാസസ്ഥലത്തിനു മുമ്പാകെ എണ്ണായിരത്തോളം മാപ്പിളമാർ തടിച്ചുകൂടുകയും ചെയ്തിരുന്നു.

ഫസൽ തങ്ങൾ കുറച്ചുകാലം മെക്കയിൽ കഴിച്ചുകൂട്ടുകയും പിന്നീട് ഓട്ടോമൻ അറബ് രാഷ്ട്രീയത്തിൽ പ്രധാനിയായി മുന്നോട്ടു വരികയും ചെയ്തു. ഒമാന്റെ ഭാഗമായ സുഫൽപ്രാന്തത്തിലെ ആമീർ ആയി നിയമിതനായി. സലാഹയിൽ പ്രാദേശിക ഗോത്രങ്ങളുടെ ഗവർണറായും 1875 ൽ സ്ഥാനമേറ്റിരുന്നു. ആ സ്ഥാനത്തു നിന്നും 1879 ൽ പുറത്താക്കപ്പെട്ടു. സുഫറിലെ സ്ഥാനം വീണ്ടെടുക്കാനുള്ള അദ്ദേഹത്തിന്റെ പരിശ്രമം ബ്രിട്ടീഷുകാർ തടസപ്പെടുത്തി. ഒമാൻ സുൽത്താൻ അബ്ദുൾ ഹമീദ് നൽകിയ പെൻഷനോടെ അദ്ദേഹം പിന്നീട് ജീവിക്കുകയും 1901 ൽ കോൺസ്റ്റാന്റിനോപ്പിളിൽ വെച്ച് മരിക്കുകയും ചെയ്തു.

സൂഫി പ്രസ്ഥാനം പ്രത്യേകിച്ചും ഖാദിരിയ്യാ ത്വരീഖാത്ത് പോലുള്ളവ ഭീകര പ്രവർത്തനങ്ങൾ നിരാകരിക്കുകയും മനുഷ്യസ്നേഹത്തിനും സർവമത മൈത്രിക്കും ഉത്തരേന്ത്യയിലും മറ്റും പ്രാധാന്യം നൽകിയപ്പോൾ മമ്പുറം കേന്ദ്രമാക്കിയുള്ള പ്രവർത്തനങ്ങളിൽ ഇത്തരത്തിൽ ആശയപരമായ ഒരു മാറ്റം കൈവരിച്ചതിന്റെ കാരണം പ്രത്യേകം ചിന്തനീയമാണ്. ഇവിടത്തെ ഫ്യൂഡൽ വ്യവസ്ഥിതിയും അതിൽ കൊളോണിയൽ ഭരണമുണ്ടാക്കിയ മാറ്റങ്ങളും ഏറ്റവും പ്രതികൂലമായി ബാധിച്ചത് ഇസ്ലാമിക സമൂഹത്തിലെ ദരിദ്രരായ ഗ്രാമീണ കർഷകരെയായിരുന്നു. അവരെ കുടിയൊഴിപ്പിക്കാനും സാംസ്കാരികമായി ഒരു അധമ സമൂഹമായി കരുതി പെരുമാറാനും ഇവിടത്തെ ജന്മി - ജാതിവ്യവസ്ഥ വഴിയൊരുക്കി. അതിനെതിരായി ഇസ്ലാമിന്റെ പരിശുദ്ധിയും ദരിദ്രസമൂഹത്തിന്റെ സംരക്ഷണവും ഏറ്റെടുക്കാൻ ഖാദിരിയ്യാപ്രസ്ഥാനം മുന്നോട്ടുവന്നു.

ബ്രിട്ടീഷുകാർക്കു ഈ മണ്ണിനുമീതെ നികുതി കെട്ടുവാൻ അധികാരമില്ലെന്നു പറഞ്ഞുകൊണ്ട് വെളിയങ്കോട് ഉമർ മുസ്സലിയാർ ഖാസി ഡിസ്ട്രിക്റ്റ് കളക്ടറുടെ മുഖത്ത് കാർക്കിച്ചു തുപ്പിയ സംഭവം ഇവിടെ

പ്രത്യേകം സ്മരണീയമാണ്. ഉമർഖാസിയാകട്ടെ ഫസൽ പൂക്കോയ തങ്ങളുടെ അച്ഛനായ സെയ്ത് അലവി തങ്ങളുടെ അഥവാ തറമ്മൽ തങ്ങളുടെ പ്രിയപ്പെട്ട ശിഷ്യനായിരുന്നു. ഉമർ മുസ്സലിയാർ 1802 ൽ ജയിൽ വിട്ടു വന്നപ്പോൾ ആദ്യം സന്ദർശിച്ചതു തന്റെ ഗുരുവിനെയായിരുന്നു.

ഇസ്ലാമിന്റെ പുനരുജ്ജീവന പ്രത്യയശാസ്ത്രത്തെ ഗ്രാമതലങ്ങളിൽ പ്രചരിപ്പിച്ചു വന്ന പല തങ്ങന്മാരെയും പത്തൊമ്പതാം നൂറ്റാണ്ടിൽ കണ്ടെത്താൻ കഴിയുന്നു. അവരിൽ പുതിയങ്ങാടി തങ്ങൾ, പാണക്കാട് ഹുസൈൻ തങ്ങൾ, മരക്കാരകത്ത് അബുക്കോയ തങ്ങൾ തുടങ്ങിയവർ വളരെ പ്രധാനികളാണ്. പാണക്കാട്ടെ സയ്യിദ് ഹുസൈൻ തങ്ങൾ കലാപത്തിനു പ്രേരിപ്പിച്ചുവെന്നതിന്റെ പേരിൽ വെല്ലൂർ ജയിലിൽ ശിക്ഷിക്കപ്പെട്ടിരുന്നു. അദ്ദേഹം ജയിലിൽ വെച്ച് മരിക്കുകയും ചെയ്തു.

പൊട്ടിത്തെറികളുടെ പഠനം പ്രത്യയശാസ്ത്രപരമായി ഇസ്ലാമിനെ ഗ്രാമീണതലങ്ങളിലെത്തിക്കുന്നതിൽ തങ്ങന്മാരുടെയും മുസലിയാർമാരുടെയും പ്രവർത്തനം അത്യന്തം സ്വാധീനിച്ചിരുന്നുവെന്നു വ്യക്തമാക്കുന്നു. ഹാലിളക്കം ഒരു ദാർശനിക സമീപനം പോലെ തന്നെ ഒരു പ്രതിരോധാത്മക പ്രസ്ഥാനവുമായിരുന്നു. സ്വയം ശഹീദുകളാവാൻ പുറപ്പെട്ട ഈ ധീരയോദ്ധാക്കളിൽ ചിലർക്കെങ്കിലും അവർ വധിച്ച ഭൂപ്രഭുക്കന്മാരോടോ അവർ വഴിയിൽ വധിച്ച അന്യജാതിക്കാരോടോ വ്യക്തിപരമായ ശത്രുത ഉണ്ടായിരുന്നില്ലെന്നു കലാപങ്ങളെ സംബന്ധിച്ച് രേഖകൾ വ്യക്തമാക്കുന്നു. കുഷ്ഠരോഗികളും ദാരിദ്ര്യംകൊണ്ട് ഉപജീവനമാർഗമില്ലാത്തവരും സ്വർണത്തൊഴിലാളിയും എല്ലാം ഇവരുടെ കൂടെ ഉണ്ടായിരുന്നു. അവർ ശഹീദുകളാകാൻ പ്രതിജ്ഞാബദ്ധരുമായിരുന്നു. ഹൂറികളുടെയും സർവാഭീഷ്ട സിദ്ധികളുടെയും സ്വർഗം അവരിൽ ചിലർക്കെങ്കിലും ഒരു പ്രചോദനമായിരുന്നു. ഈ ലോകത്തിന്റെ ദുരിതങ്ങളിൽ നിന്നുള്ള മോചനത്തിന്റെ മാർഗമായി രക്തസാക്ഷിത്വത്തെ വിലയിരുത്താൻ പ്രേരിപ്പിക്കപ്പെടുന്നതും കാണാം. ബദർപാട്ടുകൾ, ചേറൂർപടപ്പാട്ടുകൾ പോലുള്ള വീരഗാഥകൾ, അവ അനുസ്മരിക്കപ്പെടുന്ന മൗലൂദുകൾ, ഈ രക്തസാക്ഷിത്വത്തിനാവശ്യമായ ഊർജം പ്രദാനം ചെയ്തിരുന്നു. ഇത്തരം പടപ്പാട്ടുകൾ പ്രസിദ്ധീകരിക്കുന്നത് ഒരവസരം ബ്രിട്ടീഷ്ഗവണ്മെന്റ് നിരോധിക്കുകയും ചെയ്തിരുന്നു. മലബാർ ഡി എസ് പിയായിരുന്ന ഫാസെറ്റ് ചില പടപ്പാട്ടുകൾ പിൽക്കാലത്ത് വിവർത്തനം ചെയ്തു പ്രസിദ്ധീകരിക്കുകയും ചെയ്തു.

സംക്ഷിപ്തമായി വിശകലനം ചെയ്യുമ്പോൾ മമ്പുറത്തെ സൂഫി പ്രസ്ഥാനം പ്രത്യേകിച്ചും സയ്യിദ് അലവി തങ്ങളുടെയും സയ്യിദ് ഫസൽ പൂക്കോയ തങ്ങളുടെയും നേതൃത്വത്തിൽ, തെക്കെ മലബാറിൽ ഇസ്ലാമിന്റെ ദാർശനിക പശ്ചാത്തലം പുനരുജ്ജീവിപ്പിച്ചുകൊണ്ട് ഭൂപ്രഭുത്വത്തിനും കൊളോണിയൽ ആധിപത്യത്തിനും എതിരെ ധീരമായി പടപൊരുതുന്ന ഒരു പ്രസ്ഥാനമായി ഇസ്ലാമിനെ രൂപപ്പെടുത്തുകയാണ്

ചെയ്തത്. മതം മാറി ഇസ്ലാമിലേക്കു വന്ന ദളിത വിഭാഗങ്ങളുടെ താൽപ്പര്യസംരക്ഷണത്തിനും കർഷകരായ വെറുംപാട്ട കുടിയാന്മാരുടെ സ്ഥിരാവകാശത്തിനും അവരുടെ സാമൂഹ്യമായ തുല്യതയ്ക്കും എല്ലാം ഒരു രാഷ്ട്രീയ പ്രസ്ഥാനം പോലെ ദാർശനികതലത്തിൽ അധിഷ്ഠിതമായ ഒരു നേതൃത്വം നൽകിയവരിൽ പ്രധാനിയാണ് ഫസൽ പൂക്കോയ തങ്ങൾ. ഇരുപതാം നൂറ്റാണ്ടിൽ ഇത്തരം ഒരു നേതൃത്വം ദേശീയപ്രസ്ഥാനത്തിന്റെ ഭാഗമായി മലബാർ കർഷകസംഘം പോലുള്ള രാഷ്ട്രീയ പ്രസ്ഥാനങ്ങളാണ് ഏറ്റെടുത്തതെന്നുപറയാം.

മതപരമായ ആശയങ്ങളാൽ പ്രചോദിപ്പിച്ചുകൊണ്ടുള്ള കാർഷിക കലാപങ്ങൾ ചൈനയിലും മറ്റും ഇതേ കാലഘട്ടത്തിൽ പൊട്ടിപ്പുറപ്പെട്ടതായി കാണാം. ചൈനയിൽ 1842-50 കാലഘട്ടത്തിൽ തെയ്പ്പിങ് കലാപകാരികൾ അവിടത്തെ ഭരണത്തിനെതിരായി വൻതോതിൽ നടത്തിയ സായുധകലാപങ്ങളിൽ ക്രിസ്തുമതത്തിന്റെ ആശയങ്ങൾ വൻതോതിൽ സ്വാധീനിച്ചിരുന്നു. ക്രിസ്തുവിന്റെ രാജ്യം കെട്ടിപ്പടുക്കണമെന്ന് അവരിൽ നേതൃത്വം വഹിച്ചവർ ചിന്തിച്ചിരുന്നു. ഇത്തരത്തിൽ വൻതോതിലുള്ള ഒരു കലാപത്തിലൂടെ ഇസ്ലാമികരാഷ്ട്രം കെട്ടിപ്പടുക്കുവാൻ ശഹീദുകളായ കലാപകാരികൾ ചിന്തിച്ചിരുന്നില്ലെങ്കിലും മതപരമായ ദാർശനികാശയങ്ങൾ മാപ്പിളപൊട്ടിത്തെറികൾക്കു പ്രചോദനം നൽകിയെന്നു രേഖകൾ വ്യക്തമാക്കുന്നു. ചൈനയിലെ കർഷകസമരങ്ങളുടെ ആധികാരിക പണ്ഡിതനായ ജാൻ ചെസനോ രാഷ്ട്രീയാശയവും പ്രസ്ഥാനവും വ്യക്തമായ ലക്ഷ്യവും നേതൃത്വവും നൽകാതിരിക്കുന്നിടത്തോളം മതപരമായ ആശയങ്ങളും ചിന്തകളും കാർഷിക സമരങ്ങൾക്കു പ്രചോദനം നൽകുന്നത് സ്വാഭാവികമായിരിക്കും. ബ്രിട്ടീഷ് ഭരണവ്യവസ്ഥയും ആ വ്യവസ്ഥയുടെ കീഴിൽ നിലനിന്ന ഫ്യൂഡൽ കാർഷിക ബന്ധങ്ങളും തെക്കെ മലബാറിൽ അനേകം മാപ്പിളപൊട്ടിത്തെറികളുണ്ടാക്കി. അവയിൽ സ്വാധീനം ചെലുത്തിയ ഒരാശയം ഇസ്ലാമികമായ രക്തസാക്ഷിത്വം എന്ന ചിന്തയായിരുന്നു. ഇതേ പരിതഃസ്ഥിതിയിൽ ജീവിച്ച ഹൈന്ദവസമൂഹത്തിലെ കർഷകർ പ്രതികരിക്കാതിരുന്നത് മതപരമായി അവരുടെ ചിന്തകൾ മറ്റൊരു തലത്തിൽ പ്രവർത്തിച്ചിരുന്നതിനാൽ ആണെന്നു വിലയിരുത്താം.

മമ്പുറം ഫസൽ പൂക്കോയ തങ്ങൾ: സാമ്പ്രദായിക ബുദ്ധിജീവികളിലെ അധിനിവേശവിരുദ്ധ മാതൃക

ഡോ. പി കെ പോക്കർ

വെളിയങ്കോട് ഉമർഖാസി, സയ്യിദ് അലവി തങ്ങൾ, അദ്ദേഹത്തിന്റെ മകൻ സയ്യിദ് ഫസൽ പൂക്കോയ തങ്ങൾ, സയ്യിദ് സനാഉള്ളാ മക്തി തങ്ങൾ മുതലായവരെല്ലാം മലബാറിലെ കുടിയാൻമാരും കർഷകരുമായ മുസ്ലീങ്ങളിൽ ജന്മിത്വവിരുദ്ധവും സാമ്രാജ്യത്വവിരുദ്ധവുമായ വികാരം സൃഷ്ടിക്കാൻ സഹായിച്ച മതപണ്ഡിതന്മാരായിരുന്നു. പത്തൊമ്പതാം നൂറ്റാണ്ടിലും ഇരുപതാം നൂറ്റാണ്ടിന്റെ ആദ്യദശകങ്ങളിലും മലബാറിൽ പൊട്ടിപ്പുറപ്പെട്ട നിരവധി കലാപങ്ങൾ ബ്രിട്ടീഷ് സാമ്രാജ്യത്വത്തെ അങ്ങേയറ്റം അസ്വസ്ഥമാക്കിയിരുന്നതിന് ധാരാളം തെളിവുകളുണ്ട്. മതവിശ്വാസത്തെ വിമോചനപരമായി ഉപയോഗിച്ച സന്ദർഭങ്ങൾ ചരിത്രത്തിൽ പലതവണ പ്രത്യക്ഷപ്പെട്ടിട്ടുണ്ട്. എന്നാൽ മതവിശ്വാസത്തിന്റെ അടിസ്ഥാനത്തിൽ സംഘടിപ്പിക്കപ്പെടുന്ന പ്രതിഷേധങ്ങൾ സങ്കുചിതമായ താൽപ്പര്യങ്ങളിൽ കുടുങ്ങി വർഗീയവാദപരമായി പരിവർത്തിപ്പിക്കപ്പെട്ടതിന്റെ തെളിവും ചരിത്രത്തിൽ നിന്നും ലഭിക്കാനുണ്ട്. 1921 ലെ മലബാർ കലാപത്തിൽ തന്നെ ഇ എം എസ് അദ്ദേഹത്തിന്റെ *ആഹ്വാനവും താക്കീതും* എന്ന ചെറുലേഖനത്തിൽ പരാമർശിക്കുന്നതുപോലെ ഈ രണ്ടുവശവും കാണാൻ കഴിയും.

സയ്യിദ് ഫസൽ പൂക്കോയ തങ്ങൾ ബ്രിട്ടീഷ്‌വിരുദ്ധ മനോഭാവം പ്രകടിപ്പിച്ചുകൊണ്ട് അവശത അനുഭവിക്കുന്ന ഭൂരിപക്ഷം ജനങ്ങളുടെ പക്ഷത്ത് നിലയുറപ്പിച്ച മഹാനായിരുന്നു. സമൂഹത്തിന്റെ നിലനിൽപ്പിന് എക്കാലത്തും ആശയലോകത്തിന്റെ പിന്തുണ ആവശ്യമാണ്. വ്യവസ്ഥയെ സാധൂകരിക്കുകയും അധികാരത്തെ പിന്തുണക്കുകയും ചെയ്യുന്ന ദൗത്യം 'ബുദ്ധിജീവി'കളിലൂടെയാണ് നിറവേറ്റപ്പെടുന്നത്.

ഇവിടെ ബുദ്ധിജീവികൾ എന്ന് പ്രയോഗിക്കുന്നത് ബുദ്ധിപരമായ ജോലിക്ക് പ്രാമുഖ്യം നൽകുന്ന വിഭാഗം എന്ന നിലയിലാണ്. പരമ്പരാഗത ജീവിതരീതിയെയും വ്യവസ്ഥയെയും പിന്തുണയ്ക്കുന്ന ബുദ്ധിജീവികളെയാണ് അന്റോണിയോ ഗ്രാംഷി 'സാമ്പ്രദായിക ബുദ്ധിജീവികളായി' (traditional intellactuals) അടയാളപ്പെടുത്തിയത്. പരമ്പരാഗത ജീവിതരീതി ന്യായീകരിച്ചുകൊണ്ട് മതാത്മകപരിസരം പുനരുൽപ്പാദിപ്പിക്കുന്ന പ്രക്രിയയിൽ മുഴുകിയ പുരോഹിതന്മാർ ലോകത്തെമ്പാടുമുള്ള സംസ്കാരങ്ങളുടെ ഭാഗമായിരുന്നു. പരമ്പരാഗത ബുദ്ധിജീവികളായിട്ടുള്ള മുസ്ലീം പുരോഹിതന്മാരിൽ ഒരു വിഭാഗം ഇന്ത്യയിലും കേരളത്തിലും നിലനിന്ന ഭരണകൂടത്തെയും വ്യവസ്ഥയെയും പൂർണമായി പിന്തുണക്കുകയാണ് ചെയ്തത്. എന്നാൽ അതേസമയം ഒരു ചെറിയ വിഭാഗം സാമ്പ്രദായിക ബുദ്ധിജീവികൾ ജനങ്ങളുടെ ദുരിതങ്ങൾക്ക് കാരണക്കാരായ ബ്രിട്ടീഷുകാർക്കെതിരായി പ്രതിരോധിക്കാനുള്ള പ്രചോദനം സമുദായത്തിന് നൽകുകയുമുണ്ടായി. ഇന്ന് അമേരിക്കൻ സാമ്രാജ്യത്വത്തെ പിന്തുണയ്ക്കുന്ന ഇറാഖിലെ ഒരു മതപുരോഹിതനും സാമ്രാജ്യത്വത്തെ ബഹിഷ്കരിക്കാൻ ആഹ്വാനം നൽകുന്ന ഇറാഖിലെ മറ്റൊരു മതപുരോഹിതനും തമ്മിലുള്ള വ്യത്യാസം ഈ സന്ദർഭത്തിൽ ഓർക്കാവുന്നതാണ്. സാമ്രാജ്യത്വത്തെയും അവരുടെ 'പാവഭരണകൂടത്തെ'യും പിന്തുണയ്ക്കുന്ന ഒരു മതപുരോഹിതനെക്കാൾ സാമ്രാജ്യത്വവിരുദ്ധ സമീപനം സ്വീകരിക്കുന്ന ഒരു മതപുരോഹിതനാണ് ജനങ്ങൾക്ക് സ്വീകാര്യനായിത്തീരുക. എങ്കിലും അമേരിക്കൻ സാമ്രാജ്യത്വം അത്തരം പുരോഹിതന്മാർക്ക് വർഗീയവാദത്തിന്റെ പൊന്നാട അണിയിക്കുകയും ചെയ്യും.

ഫസൽ പൂക്കോയ തങ്ങൾ ഒരു കാലഘട്ടത്തിന്റെ സൃഷ്ടിയായിരുന്നു. ബ്രിട്ടീഷ് സാമ്രാജ്യത്വവും ജന്മിത്വവും ജനജീവിതം ക്ലേശകരമാക്കിയ ഒരു ചരിത്ര സന്ദർഭത്തിൽ ആത്മീയതയുടെ മണ്ഡലത്തിൽ ബുദ്ധിജീവിയുടെ പ്രവർത്തനം നിറവേറ്റിയ അദ്ദേഹം ബ്രിട്ടീഷ്വിരുദ്ധ സമീപനങ്ങൾക്ക് പിന്തുണ നൽകി. സാമ്പ്രദായിക ബുദ്ധിജീവികൾ ഒരു കാലഘട്ടത്തിന്റെ 'തത്വചിന്തയും ശാസ്ത്രവുമായി'രുന്ന മതത്തിന്റെ വ്യാഖ്യാനത്തിലാണ് മുഴുകുക എന്ന ഗ്രാംഷിയുടെ നിരീക്ഷണം ഇവിടെ പ്രസക്തമാണ്.

1917 ലെ റഷ്യൻ വിപ്ലവത്തിന് ശേഷം മാത്രമാണ് ലോകവ്യാപകമായി ദേശീയ പ്രസ്ഥാനങ്ങളും തൊഴിലാളി പ്രസ്ഥാനങ്ങളും സാമ്രാജ്യത്വവിരുദ്ധ സമരങ്ങളിൽ സജീവമായത്. പത്തൊമ്പതാം നൂറ്റാണ്ടിലെ കേരളത്തിൽ അത്തരത്തിലുള്ള വിമോചനപ്രസ്ഥാനങ്ങളോ ആശയസംഹിതകളോ സജീവമായിരുന്നില്ല. സാധുപരിപാലനസംഘവും എസ് എൻ ഡി പിയും സവർണ നവോത്ഥാന പ്രസ്ഥാനങ്ങളും പ്രത്യക്ഷപ്പെടുന്ന

തിന് മുമ്പാണ് മലബാറിലെ കർഷകർ സമരോത്സുകരായി ബ്രിട്ടീഷ് വിരുദ്ധപോരാട്ടത്തിന് രംഗത്തിറങ്ങിയത്. ആധുനിക പൂർവഘട്ടത്തിൽ സാമ്പ്രദായിക ബുദ്ധിജീവികൾ സ്വയം 'സ്വതന്ത്രവും വേറിട്ടതുമായ' അസ്തിത്വം പ്രകടിപ്പിച്ചിരുന്നതായി ഗ്രാംഷി നിരീക്ഷിക്കുന്നുണ്ട്. എങ്കിലും അവരുടെ സ്വാതന്ത്ര്യവും അറിവും അധികാരവ്യവസ്ഥയെ സാധൂകരിക്കാനാണ് മിക്കവാറും വിനിയോഗിച്ചത്. ഫസൽ പൂക്കോയ തങ്ങളെയും വെളിയങ്കോട് ഉമർ ഖാസിയെയും പോലുള്ള അപൂർവം ചില സാമ്പ്രദായിക ബുദ്ധിജീവികളാണ് അധികാരവ്യവസ്ഥയെ ചോദ്യം ചെയ്യാൻ തയാറായത്. അതുകൊണ്ട് തന്നെ അവരുടെ ജീവിതവും അവർ നടത്തിയ ഇടപെടലുകളും പഠിക്കേണ്ടത് ചരിത്രത്തിന്റെ ചാലകശക്തി തിരിച്ചറിയാൻ അനുപേക്ഷണീയമാണ്.

1859 ൽ ആരംഭിച്ച ചാന്നാർ ലഹളയും, 1905-1915 കാലത്ത് ഉണ്ടായ അമ്മവഴക്കും, 1905 ൽ നടന്ന നായർ - പുലയ ലഹളയും ജാതിവ്യവസ്ഥയുടെ ഹീനസമ്പ്രദായങ്ങൾക്കെതിരായി ഉയർന്നുവന്ന പ്രതിഷേധങ്ങളായിരുന്നു. ആ സമരങ്ങളിലെല്ലാം ജന്മിത്വവ്യവസ്ഥ ഉൽപ്പാദിപ്പിച്ച കീഴാളവിരുദ്ധതക്കെതിരായ പ്രതിഷേധമുണ്ടായിരുന്നെങ്കിലും സാമ്രാജ്യത്വവിരുദ്ധമായ വികാരം കാര്യമായി പ്രകടിപ്പിക്കപ്പെട്ടിരുന്നില്ല. എന്നാൽ മലബാറിലുണ്ടായ വിവിധ കലാപങ്ങളിലും അതിന്റെ ഏറ്റവും ഒടുവിലത്തെ അധ്യായമായ 1921 ലെ കലാപത്തിലും ബ്രിട്ടീഷ് വിരുദ്ധവികാരം പ്രകടമായിരുന്നു. ബ്രിട്ടീഷുകാർ ഫസൽ പൂക്കോയ തങ്ങളോട് സ്വീകരിച്ച ശത്രുതാപരമായ നിലപാടിൽ നിന്നും മതവിശ്വാസത്തെ വിമോചനപരമായി തിരിച്ചുവിടുന്നതിൽ തങ്ങൾ വഹിച്ച പങ്ക് വ്യക്തമാകുന്നുണ്ട്. വിമോചനദൈവശാസ്ത്രത്തിന്റെ (Liberation theology) ആദ്യകാല മാതൃക ഫസൽ പൂക്കോയ തങ്ങളുടെ വ്യാഖ്യാനങ്ങളിൽ കാണാൻ കഴിയും. ചൂഷണത്തിനും ഭരണകൂടത്തിനും അനുകൂലമായി മതത്തെ വ്യാഖ്യാനിക്കുന്നതിനു പകരം പീഡിതരും ചൂഷിതരുമായ കർഷകർക്കും തൊഴിലാളികൾക്കും നീതി ലഭിക്കുന്ന രീതിയിൽ വ്യാഖ്യാനിക്കുമ്പോഴാണ് വിമോചന ദൈവശാസ്ത്രം ഉയർന്നുവരുന്നത്. പോളോഫ്രെയർ മുതൽ ഫാദർ പൗലോസ് മാർ പൗലോസ് വരെയുള്ള ക്രിസ്ത്യൻ മതപുരോഹിതർ ഇരുപതാം നൂറ്റാണ്ടിന്റെ അവസാനപകുതിയിൽ വികസിപ്പിച്ച വിമോചന ദൈവശാസ്ത്രത്തിന്റെ തുടക്കം മമ്പറം ഫസൽ പൂക്കോയ തങ്ങളുടെ ചിന്തകളിൽ തെളിഞ്ഞുകാണാം. മമ്പുറം തങ്ങന്മാരിൽ ഒരു വിഭാഗം ജന്മിമാരുടെയും ബ്രിട്ടീഷുകാരുടെയും നിയമങ്ങൾ മറികടന്നുകൊണ്ട് സാമൂഹ്യനീതിയെ സംബന്ധിക്കുന്ന തങ്ങളുടേതായ വ്യാഖ്യാനവും വിശദീകരണവും നൽകിയതാണ് ബ്രിട്ടീഷുകാരെ പ്രകോപിതരാക്കിയത്. ദൈവചിന്തയുടെ (Theology) വെളിച്ചത്തിൽ തന്നെ അവർ

അനീതിയെയും ചൂഷണത്തെയും എതിർക്കാൻ ആർജവം കാണിച്ചതുകൊണ്ടാണ് മലബാറിലെ മുസ്ലീം കർഷകരും തൊഴിലാളികളും ജന്മിത്വവിരുദ്ധവും സാമ്രാജ്യത്വവിരുദ്ധവുമായ മനോഭാവത്തിലേക്ക് നീങ്ങിയത്. ഇ എം എസ് 1943 ൽ തന്നെ ഇംഗ്ലീഷിൽ എഴുതി പ്രസിദ്ധീകരിച്ച ലേഖനത്തിൽ "1857 നുശേഷം ബ്രിട്ടീഷ് ഭരണത്തിനെതിരായി ഉയർന്നുവന്ന ഏറ്റവും ശക്തവും ചരിത്രപ്രസിദ്ധവുമായ ഒരു സംഭവം എന്ന നിലയിൽ 1921ലെ കലാപത്തെ" (*സഞ്ചിക*. 5, പു. 33-34) പരാമർശിച്ചത്. പിന്നീടുള്ള അന്വേഷണങ്ങൾക്ക് ദിശാബോധമുണ്ടാക്കുന്നതിൽ നിർണായകമായ പങ്ക് വഹിച്ചിട്ടുണ്ട്.

ആധുനിക മുതലാളിത്തത്തിന്റെ ആവിർഭാവത്തോടു കൂടിയാണ് പുരോഹിതരും അഭിഭാഷകരും ഡോക്ടർമാരും പണാധിപത്യ വ്യവസ്ഥയുടെ ഭാഗം മാത്രമായി, നീതി നിഷേധിക്കുന്ന അധികാരകേന്ദ്രത്തെ പിന്തുണക്കുന്നവരായി അധഃപതിക്കുന്നത്. മുതലാളിത്തം ഉൽപ്പാദിപ്പിക്കുന്ന മൂല്യവ്യവസ്ഥയെ പിന്തുണച്ചുകൊണ്ട് ചൂഷണത്തെയും ലാഭകേന്ദ്രിത വ്യവസ്ഥയെയും പിന്തുണക്കുന്ന ബുദ്ധിജീവികൾ സാമൂഹികമായ അസമത്വങ്ങളെയോ, ഉച്ചനീചത്വങ്ങളെയോ പരിഗണിക്കാതെ ജീവിക്കുന്നു! അവർ മൗനം കൊണ്ടും ചിലപ്പോൾ പരസ്യമായ പിന്തുണകൊണ്ടും ചൂഷകരെയും പീഡകരെയും പിന്തുണക്കുന്നു. ഇറാഖിലും അഫ്ഗാനിസ്ഥാനിലും അധിനിവേശസൈന്യം നടത്തിയ ആക്രമണങ്ങളെ പിന്തുണച്ച ഭരണാധികാരികളും മതപ്രസ്ഥാനങ്ങളും അനീതിക്ക് സമ്മതം മൂളുകയാണ് ചെയ്തതെന്ന കാര്യം ചരിത്രത്തിൽ മായാതെ കിടക്കും. ഇറാനെതിരായി ഇന്ത്യാ ഗവൺമെന്റ് വോട്ട് ചെയ്യുന്നതിലൂടെ പ്രകടിപ്പിച്ച സാമ്രാജ്യത്വദാസ്യത്തെയും മൗനംകൊണ്ട് പിന്തുണച്ചവർ എന്നെങ്കിലും വിചാരണചെയ്യപ്പെടും. ചിലപ്പോൾ മൗനം കൊണ്ടും മറ്റു പലപ്പോഴും 'സമാധാനചിന്ത'യെന്ന കപടവേഷത്തിലും സാമ്രാജ്യത്വദാസ്യം പ്രകടിപ്പിക്കുന്നവർ ഇന്ത്യൻ ഫാസിസം അതിന്റെ പാരമ്യാവസ്ഥയിലെത്തിയ സന്ദർഭത്തിലും ഇതേ നിലപാടുകൾ തന്നെയാണ് പ്രകടിപ്പിച്ചത്. ആശയവാദപരവും പരലോകവാദകേന്ദ്രിതവുമായ ചിന്ത മുറുകെപ്പിടിക്കുമ്പോൾപ്പോലും സമൂഹത്തിൽ നീതിക്കും സ്വാതന്ത്ര്യത്തിനും വേണ്ടി സംസാരിക്കാൻ കഴിയുന്ന വ്യക്തികൾ വിമോചനപരവും പുരോഗമനപരവുമായ ഉത്തരവാദിത്വം നിറവേറ്റുന്നതിനായി തിരിച്ചറിയേണ്ടതുണ്ട്. ഇന്ത്യയിൽ സംഘപരിവാർ അടിച്ചേൽപ്പിച്ചുകൊണ്ടിരിക്കുന്ന സവർണഫാസിസത്തെയോ, ലോകവ്യാപകമായി അമേരിക്കൻ - ബ്രിട്ടീഷ് സാമ്രാജ്യത്വം അടിച്ചേൽപ്പിച്ചുകൊണ്ടിരിക്കുന്ന അധിനിവേശത്തെയോ എതിർക്കാതെ മതപുരോഹിതന്മാർക്കു പോലും നീതിയുടെ ഭാഷയിൽ സംസാരിക്കാൻ കഴിയില്ല.

സാമ്പത്തികവും സാംസ്കാരികവുമായ മുഖ്യവൈരുധ്യം എന്താണെന്ന തിരിച്ചറിവാണ് ഒരു ജനതയെ ചരിത്രത്തിന്റെ ചാലകശക്തിയാക്കി പരിവർത്തിപ്പിക്കുന്നത്. ആഗോളവൽക്കരണത്തിന്റെ പുതിയ കാലത്ത് മണ്ണും വെള്ളവും വായുവും കയ്യടക്കാൻ സാമ്രാജ്യത്വം പദ്ധതികൾ ആവിഷ്കരിച്ചുകൊണ്ടിരിക്കയാണ്. ചെറുതും വലുതുമായ നിരവധി പ്രശ്നങ്ങൾ ഒന്നിച്ച് അഭിമുഖീകരിക്കേണ്ടിവരുന്ന വർത്തമാന ജീവിതാവസ്ഥയിൽ മുഖ്യവൈരുധ്യം തിരിച്ചറിയപ്പെടാതെ പോവുകയാണ് പതിവ്. 'ദുരിതങ്ങൾ കുന്നുകൂടുമ്പോൾ നാമൊന്നും കാണുന്നില്ലെന്ന' ബ്രഹ്ത്തിന്റെ വാക്കുകൾ സൂചിപ്പിക്കുന്നതുപോലെ, ആത്മഹത്യകളും ബലാൽസംഗങ്ങളും കൊലപാതകങ്ങളും മാഫിയകളും പെരുകുന്ന വർത്തമാനജീവിതത്തിൽ ഇതിന്റെയെല്ലാം കാരണമായ സാമ്രാജ്യത്വ അധിനിവേശം മൗനത്തിന്റെ ഭാഷയിൽ സമ്മതം ഉൽപ്പാദിപ്പിക്കുകയാണ്. നമ്മുടെ അന്വേഷണങ്ങളെയും അപഗ്രഥനങ്ങളെയും വഴിതിരിച്ചുവിടാൻ മുഖ്യധാരാ മാധ്യമങ്ങൾ പരിപോഷിപ്പിക്കുന്ന വിവാദവ്യവസായത്തിന് സാധിക്കുകയും ചെയ്യുന്നുണ്ട്. ഇതുപോലൊരു സങ്കീർണമായ ചരിത്രസന്ദർഭത്തിൽ നമ്മുടെ പൂർവികരിൽ ഏതെങ്കിലും വിധത്തിൽ വിമോചനപരമായ പാത സ്വീകരിച്ച മഹദ്വ്യക്തികളെ ഓർക്കുകയും അവരുടെ ഉപദേശങ്ങളും നിർദേശങ്ങളും ശ്രദ്ധിക്കുകയും ചെയ്യേണ്ടത് വിമോചനം സ്വപ്നം കാണുന്ന മനുഷ്യർക്ക് ഒഴിവാക്കാൻ കഴിയാത്ത ദൗത്യമാണ്. അവരുടെ കാലത്തിന്റെയും ലോകത്തിന്റെയും പരിമിതികൾ കൂടി തിരിച്ചറിഞ്ഞുകൊണ്ടുവേണം അവരുടെ ഇടപെടലുകളുടെ സ്വഭാവം മനസിലാക്കാൻ.

സയ്യിദ് ഫസൽ ഇന്ത്യവിട്ട് മക്കയിലേക്ക് പോകേണ്ടി വന്നത് ബ്രിട്ടീഷുകാരുടെ സമ്മർദം മൂലമാണ്. മതപ്രഭാഷണങ്ങളിലൂടെ അദ്ദേഹം കുറ്റസമ്മതം നടത്തുകയാണെങ്കിൽ അദ്ദേഹത്തിന് സ്വദേശത്തുതന്നെ താമസം ഉറപ്പിക്കാൻ കഴിയുമായിരുന്നു. കുടിയൊഴിപ്പിക്കുന്ന ജന്മിമാർക്കെതിരെ ഫത്വകൾ പുറപ്പെടുവിച്ച് ബ്രിട്ടീഷുകാരുടെ അധികാരം ചോദ്യം ചെയ്യുന്ന പ്രവണത പ്രകടിപ്പിച്ചത് ബ്രിട്ടീഷുകാർക്ക് ഒട്ടും സ്വീകരിക്കാൻ കഴിയുമായിരുന്നില്ല. ഭരണകൂടത്തിന്റെ നിയമങ്ങൾ അനുസരിക്കുന്നതിന് പകരം ചോദ്യംചെയ്യുന്ന ഒരു സമാന്തരശക്തിയായി തങ്ങൾ മാറിയെന്ന ഭീതിയാണ് തങ്ങളെ നാട്ടിൽനിന്ന് പറഞ്ഞയക്കാൻ പ്രേരിപ്പിച്ചത്. മാത്രമല്ല തങ്ങളോ അദ്ദേഹത്തിന്റെ പിൻഗാമികളോ ഇന്ത്യയിലേക്ക് തിരിച്ചുവരാൻ നടത്തിയ ശ്രമവും പരാജയപ്പെട്ടത് ബ്രിട്ടീഷുകാരുടെ കർശനമായ നിലപാടു കാരണമായിരുന്നു. മതവിശ്വാസത്തിന്റെ നാലതിരുകളിൽ നിലയുറപ്പിക്കുമ്പോഴും ചൂഷിതരും പീഡിതരുമായ ജനവിഭാഗങ്ങൾക്കുവേണ്ടി സംസാരിക്കാനും ജന്മിമാരെയും സാമ്രാജ്യത്വ അധികാരവ്യവസ്ഥയെയും ഭയപ്പെടുത്താനും ഫസൽ പൂക്കോയ തങ്ങൾക്ക് സാധിച്ചിരുന്നു. സാമ്പ്രദായിക ബുദ്ധിജീവികളിൽ നിന്നും ഉയർന്നുവരുന്ന

അപൂർവം വിമോചന ചിന്തകരിൽ പ്രബലമായ സ്ഥാനം ഫസൽ പൂക്കോയ തങ്ങൾക്ക് എക്കാലത്തും ലഭിക്കും. അധിനിവേശ ശക്തികൾ ലോകജനതയെ കീഴടക്കിക്കൊണ്ടിരിക്കുന്ന വർത്തമാനകാലത്ത് ഫസലിനെപ്പോലുള്ള സാമ്പ്രദായിക ബുദ്ധിജീവികൾ നൽകിയ വ്യാഖ്യാനങ്ങൾ ഉയർത്തിപ്പിടിക്കേണ്ടത് ജനാധിപത്യവാദികളുടെ ഉത്തരവാദിത്വമാണ്.

മമ്പുറം തങ്ങന്മാരും മാപ്പിള സാമൂഹികതയും

ബാലകൃഷ്ണൻ വള്ളിക്കുന്ന്

ക്രി. പതിനേഴും പതിനെട്ടും നൂറ്റാണ്ടുകളിൽ ഇന്ത്യയിലെ പ്രാദേശിക സാമൂഹികതകളിൽ വളർന്നുവന്ന ചിന്തകളത്രയും യൂറോപ്യൻ ലിബറലിസത്തിന്റെ തുടർച്ചയോ അനുബന്ധമോ ആണെന്ന് വിലയിരുത്തുന്നവരാണ് അക്കാദമീയ ചരിത്ര പണ്ഡിതന്മാരിൽ ഭൂരിഭാഗവും. അതുകൊണ്ട് സാമൂഹിക സംസ്കാരികതകളുടെ ജൈവികമായ പരിണാമപരതയും അതിന് ഊർജം നൽകിയ മതദാർശനിക സ്രോതസുകളും തിരിച്ചറിയപ്പെടാതെ പോവുകയും ചെയ്യുന്നു. വാസ്തവികതയോടുള്ള മനുഷ്യന്റെ സമീപനം – ആ വാസ്തവികത ചരിത്രാധിഷ്ഠിതമായാലും താൽക്കാലികമായാലും – വൈകാരികമായി നിറം പിടിപ്പിച്ചതാണ്. അതാത് വ്യക്തിയുടെയോ സമുദായത്തിന്റെയോ സദാചാരപരമായ മൂല്യബോധവുമായി അത് ബന്ധപ്പെട്ടിരിക്കുന്നു. സംഭവപരതയുടെ മൂല്യനിർണയത്തിലൂടെ ഊറിക്കൂടുന്ന സിദ്ധാന്തവൽക്കരണത്തെയാണ് ചരിത്രപരമായ സമീപനമെന്നു പറയുന്നത്. ഒരു ജനതയുടെ സാമൂഹികമായ ഉൽപ്പാദനോപാധികളുടെ ഘടനയെയും മാറ്റിമറിക്കപ്പെടുന്ന വർഗബന്ധങ്ങളുടെ സ്വഭാവത്തെയും സംബന്ധിച്ചുള്ള കാഴ്ചപ്പാടുകൾക്ക് വൈകാരിക പശ്ചാത്തലം ഒരുങ്ങുന്നത് പ്രസ്തുത ജനതയുടെ ആത്മീയമോ ഭൗതികമോ ആയ ദാർശനികതയുടെ മൂശയിലാണെന്ന് കാണുമ്പോൾ സാമൂഹിക സാംസ്കാരികതയിലെ വികസ്വരതകളുടെ മതപരമായ അടിത്തറ സംബന്ധിച്ച് വ്യക്തമായൊരു ചിത്രം ലഭിക്കാതിരിക്കില്ല. ഒരു സാമൂഹികതയുടെ ജൈവികമായ അസ്തിത്വത്തെ രൂപപ്പെടുത്തുന്ന വിധത്തിലുള്ള അതിന്റെ ആത്യന്തികമായ മൂല്യബോധത്തെയാണ് സംസ്കാരം എന്നു നിർവചിക്കുന്നത്. സാമുദായിക ഐകമത്യം ഭരണകൂട വ്യവസ്ഥ, കലാസാഹിത്യ സമ്പ്രദായം തുടങ്ങിയവയുടെ

സ്ഥാപനവൽക്കരണങ്ങളിലും അതിൽ ഉൾപ്പെട്ട വ്യക്തികളുടെ വൈകാരിക സ്വഭാവം, ക്രിയാത്മകത, ശീലങ്ങൾ, നിലപാടുകൾ, അഭിരുചികൾ തുടങ്ങിയ വിശേഷവൽക്കരണങ്ങളിലുമാണ് ഈ മൂല്യാവബോധം വെളിപ്പെടുന്നത്. മതമെന്നത് അതിന്റെ വിശാലമായ അർഥത്തിൽ സാമൂഹികതയുടെ സംസ്കാരവുമായി ഏകീഭവിപ്പിക്കുകയും പലപ്പോഴും അതിനെ മറികടക്കുകയും ചെയ്യുന്നുവെന്നും എന്നാൽ പരിമിതമായ അർഥത്തിൽ അത് സംസ്കാരത്തിൽ മുഖ്യമായൊരു രൂപസംവിധാനമായി മാറുകയും ചെയ്യുന്നുവെന്നും വിലയിരുത്തപ്പെടുന്നു. അതുകൊണ്ട് ജീവിതത്തിന്റെ അർഥവും ലക്ഷ്യവും വെളിപ്പെടുത്തുന്നവിധം മനുഷ്യന്റെ ആന്തരിക അനുഭൂതികളെ അടയാളപ്പെടുത്തുമ്പോൾ മതചിന്തകളാണ് സംസ്കാരത്തിന്റെ ആത്മാവായി രൂപാന്തരപ്പെടുന്നതെന്ന് കരുതേണ്ടിവരുന്നു. മാപ്പിളമാരുടെ ചരിത്രവികസ്വരതയെ എല്ലാ കാലത്തും നിർണയിച്ചത് സാമൂഹിക സദാചാരത്തെക്കുറിച്ചുള്ള മതപരമായ കാഴ്ചപ്പാടുകളായിരുന്നു. മുസ്ലീം സാഹോദര്യത്തിന്റെ (Muslim Ummath) അടയാളങ്ങളും സാമുദായിക ജീവിതത്തെ സംബന്ധിച്ചുള്ള അരുളപ്പാടുകളും ഉപരിപ്ലവമായ ഒരനുഷ്ഠാന പരതക്കപ്പുറം അചഞ്ചലമായൊരു വിശ്വാസദാർഢ്യത്തിൽ അധിഷ്ഠിതമാണ്. അതുകൊണ്ട് ഭൗതികജീവിതത്തിലെ ഏതു പ്രതിസന്ധികളെയും നേരിടാൻ സമുദായത്തിന് കരുത്തു നൽകിയത് മതപരമായ ഉൾക്കാഴ്ചയായിരുന്നുവെന്നത് സ്വാഭാവികം. ഇങ്ങനെ ഇസ്ലാമിക മതഘടനയുടെയും പ്രാദേശികമായ മാപ്പിള സംസ്കാരികതയുടെയും സമ്മിശ്രമായൊരു സാമൂഹികാവസ്ഥയിലാണ് മമ്പുറം തങ്ങന്മാർ മലബാറിലെ മാപ്പിള ജീവിതത്തിന്റെയും പ്രാദേശിക മാപ്പിള രാഷ്ട്രീയത്തിന്റെയും നേതൃനിരയിലേക്ക് അവരോധിക്കപ്പെടുന്നത്.

മമ്പുറം തങ്ങന്മാരുടെ തട്ടകമായിരുന്ന തിരൂരങ്ങാടിയിലേക്ക് മുസ്ലീം കുടിയേറ്റം ആരംഭിച്ചത് എന്നായിരുന്നുവെന്നതിന് കൃത്യമായ രേഖകളൊന്നുമില്ല. എന്നാൽ ഹി: 670 ൽ താനൂർ വലിയകുളങ്ങരെ ജുമാമസ്ജിദിൽ ഇമാം മുഹമ്മദ്ബ്നുൽ അബുദള്ളാഹിൽഹളറമി ആരംഭിച്ച ദർസിൽ, തിരൂരങ്ങാടിയിൽ മാപ്പിള കുടുംബങ്ങൾ പ്രബല സാന്നിധ്യമായിരുന്നുവെന്ന് അനുമാനിക്കേണ്ടിവരുന്നു. ഹി: 1159 ൽ ഹളർമത്തിൽ നിന്ന് കോഴിക്കോട് കപ്പലിറങ്ങുകയും പിൽക്കാലത്ത് കേരളമുസ്ലീങ്ങളുടെ അനിഷേധ്യ നേതാവായി ഉയരുകയും ചെയ്ത സയ്യിദ് ശൈഖ് ജിഫ്രി മലബാറിലെ വിവിധ പ്രദേശങ്ങളിൽ ചുറ്റിസഞ്ചരിക്കുകയും മതപ്രബോധനം ചെയ്യുകയുണ്ടായി. *കൻസുൻ ബറാഹീൽ; കൗകബുദൂർറിയ്യ, അൽകസ്ബത്തുവൽ അസ്റാൻ* തുടങ്ങിയ കൃതികളുടെ രചയിതാവായിരുന്ന അദ്ദേഹത്തിന്റെ ശിഷ്യഗണത്തിൽ മദീനസ്വദേശി സയ്യിദ്ശരീഫ് ഉമർബ്നു അബ്ദുൽ ഖാദിർബ്നു ഉമർലബ്ബ തുടങ്ങിയവർ ഉൾപ്പെട്ടിരുന്നതായി പറയപ്പെടുന്നു. ശൈഖ്ജിഫ്രി, മലബാറിൽ പ്രബോധന പ്രവർത്തനങ്ങളിൽ വ്യാപൃതനായിരുന്ന കാലത്താണ്

ബോംബെയിലെ കല്യാണിൽ ആദ്യം അരുവിക്കോട്ടും (അരീക്കോട്) തുടർന്ന് കൊണ്ടോട്ടിയിലും ശയ്ഖ് മുഹമ്മദ്ഷാ അധിവാസമാരംഭിച്ച തും, മലബാർ മുസ്ലീങ്ങൾക്കിടയിൽ പാരമ്പര്യവിരുദ്ധമായൊരാശയപ്രത ലത്തിന് രൂപം നൽകിയതും. ശയ്ഖ് ജിഫ്രി മുഹമ്മദ്ഷായുടെ മതവീ ക്ഷണങ്ങളെ ഇസ്ലാമിക വിരുദ്ധമെന്ന് മുദ്രകുത്തിയത്, പൊന്നാനി - കൊണ്ടോട്ടി കൈത്തക്ക്മായി വളർന്നതു പിൽക്കാല ഇസ്ലാം ചരിത്രം. പതിനെട്ടാം ശതകത്തിന്റെ അന്ത്യത്തിൽ മൈസൂർ സുൽത്താനേറ്റിന്റെ തകർച്ചക്കു ശേഷം മലബാറിലെ നായർ ജന്മിത്വത്തിന്റെ തിരിച്ചുവര വോടെ മാപ്പിളക്കുടിയാന്മാർക്ക് നേരിടേണ്ടിവന്ന സാമൂഹികമായ അരാ ജകത്വത്തിൽ ഇംഗ്ലീഷുകാർ കൊണ്ടോട്ടി തങ്ങന്മാരുടെ പക്ഷം ചേരു കയും മദിരാശി ഗവർണർ മെഡോഡ് കൊണ്ടോട്ടി വിഭാഗത്തിന് പ്രത്യേക സംരക്ഷണത്തിന് വിളംബരം പുറപ്പെടുവിക്കുകയും ചെയ്തത് മമ്പുറം തങ്ങന്മാരുടെ ബ്രിട്ടീഷ് വിരുദ്ധ നിലപാടുകൾക്ക് ആക്കം കൂട്ടുകയുണ്ടായി.

ശയ്ഖ് ജിഫ്രിയെ പിൻതുടർന്നാണ് അദ്ദേഹത്തിന്റെ പിതൃപുത്രൻ ശയ്ഖ് ഹസൻ ജിഫ്രി ഹി: 1169 ൽ മലബാറിലെത്തിയത്. അക്കാലത്ത് തിരൂരങ്ങാടി ഖാസിയായിരുന്ന ജമാലുദ്ദീൻ മഖ്ദൂം, ഹസൻ ജിഫ്രിയു മായി പരിചയപ്പെടുകയും അദ്ദേഹത്തെ തിരൂരങ്ങാടിയിലേക്ക് കൂട്ടിക്കൊ ണ്ടുവരികയും ചെയ്തു. തിരൂരങ്ങാടി ജുമാഅത്ത് പള്ളിയിൽ താമസമാ രംഭിച്ച ഹസൻ ജിഫ്രിക്ക് വലിയാക്കതൊടിക പറമ്പും പുരയും സൗജ ന്യമായി നൽകുകയും സ്വപുത്രിയെ അദ്ദേഹത്തിന് വിവാഹം ചെയ്തു കൊടുക്കുകയും ചെയ്തത് തിരൂരങ്ങാടി പള്ളി പരിപാലകനായിരുന്ന കമ്മുമൊല്ലയായിരുന്നു. തുടർന്നാണ് ഹസൻ ജിഫ്രി മമ്പുറത്തേക്ക് താമസം മാറ്റുകയും അവിടം തന്റെ പ്രബോധനചര്യയുടെ തട്ടകമാക്കി മാറ്റുകയും ചെയ്തതു. ഹസൻ ജിഫ്രിയുടെ കാലം തൊട്ടാണ് 'മമ്പുറം തങ്ങന്മാർ തിരൂരങ്ങാടിയിലെ മാപ്പിള സാമൂഹികതയുടെ മുഖ്യചലനശ ക്തികളായി പരിണമിക്കുന്നത്. ഹി: 1178 ൽ ഹസൻ ജിഫ്രി മമ്പുറത്ത് മരണപ്പെടുകയും അവിടെത്തന്നെ മറമാടപ്പെടുകയും ചെയ്തു.

ഇക്കാലമാകുമ്പോഴേക്കും, മലബാറിലെ ഗ്രാമീണ മുസ്ലീം മനസു കളിൽ ഭരണകൂട അതിക്രമങ്ങൾക്കെതിരെ ശക്തമായൊരു പ്രതിരോധ ചിന്ത വളർന്നുവന്നതായി കാണാം. സാമ്പത്തിക ഉൽപ്പാദന മേഖല കളിൽ – വാണിജ്യത്തിന്റെയും കാർഷികവൃത്തിയുടെയും തലങ്ങളിൽ – മാപ്പിളമാർക്ക് നേരിടേണ്ടിവന്ന വെല്ലുവിളികളും തിരസ്കാരങ്ങളും സാമൂഹികമായ അതിജീവനം ദുഷ്കരമാക്കിക്കൊണ്ടിരിക്കുന്നു. കമ്പനി ഭരണാധികാരികൾ സംഘടിത സമൂഹമെന്ന നിലയിൽ അവജ്ഞയോ ടെയും സംശയത്തോടെയുമാണ് വീക്ഷിച്ചിരുന്നത്. (മാപ്പിളയെന്നോ മുസൽമാൻ എന്നോ വിവക്ഷിക്കുന്നതിന് ഇംഗ്ലീഷുരേഖകളിൽ കാണുന്ന മൂർ-മൂറിഷ് തുടങ്ങിയ പദപ്രയോഗങ്ങൾ ഉദാഹരണം) കമ്പനിയുമായി ബന്ധപ്പെട്ട സേവനമേഖലകളിൽ ക്രൈസ്തവർക്ക് ലഭിച്ചിരുന്ന അമിത

മായ പരിഗണനയും പ്രോത്സാഹനവും മാപ്പിളമനസുകളിൽ അസഹിഷ്ണുതയുടെയും വിദ്വേഷത്തിന്റെയും വിത്തുകൾ പാകിയതായി കാണാം. (കമ്പനിയുടെ താഴെത്തട്ടിലുള്ള ഉദ്യോഗസ്ഥരിൽ ബൈബിൾ വായിക്കുന്നവർക്ക് 18 പവൻ വാർഷിക പാരിതോഷികം നൽകിയിരുന്നു. ഒരു ഗുമസ്തന്റെ വാർഷികവേതനം 5 പവൻ മാത്രമായിരുന്നു). ദുർഭരമായ ജീവിതസാഹചര്യങ്ങളിൽ മലബാറിലെ ജനതയിൽ പരക്കെ വ്യാപിച്ചിരുന്ന അസംതൃപ്തിക്കും ചെറുത്തുനിൽപ്പിനുള്ള വ്യഗ്രതക്കും മൂർത്തരൂപം നൽകാൻ മാപ്പിളമാർക്കേ കഴിഞ്ഞുള്ളുവെന്നത്, ധീരവും സാഹസികവുമായ മതപര പാരമ്പര്യത്തിന്റെ പിൻബലമായിരുന്നു. സ്ഫോടകമായ ഈ സാമൂഹിക ചുറ്റുപാടുകൾക്കിടക്കാണ് ഹി: 1183 ൽ പ്രവാചക സന്തതി പരമ്പരയിലെ മുപ്പത്തിരണ്ടാം തലമുറയിൽ ഉൾപ്പെട്ട സയ്യിദ് അലവി തങ്ങൾ മമ്പുറത്തെത്തുന്നത്. പ്രവാചക കുടുംബത്തോടുള്ള സാമാന്യ മുസ്ലീം മനസിന്റെ അഭിഗമ്യമായ ആദരവും കുടിയേറ്റകൂറും വിശ്വാസവും തങ്ങൾക്ക് നൽകിയത് വീരോചിതമായൊരു വരവേൽപ്പായിരുന്നു. പാരമ്പര്യത്തിന്റെ പിൻബലവും വ്യക്തിശുദ്ധിയുടെ തിളക്കവും കൊണ്ട് അദ്ദേഹത്തിന്റെ സാന്നിധ്യം ഒരു വിമോചകന്റെ തിരിച്ചെഴുന്നള്ളത്തിന്റെ പ്രതീതി ഉണർത്തുകയായിരുന്നു. പിൽക്കാലത്ത് *മമ്പുറം മാല* പ്രകീർത്തിക്കുന്നതുപോലെ അമാനുഷികമായ സിദ്ധികളുടെയും നേതൃത്വപരമായ സാധ്യതകളുടെയും ഉദാത്തമായൊരു പ്രതിമാനമായി സമൂഹമനസിൽ സ്ഥിരപ്രതിഷ്ഠ നേടാൻ അദ്ദേഹത്തിനു കഴിയുകയും ചെയ്തു.

ഒരു മതപ്രബോധകൻ എന്ന നിലയിൽ സൂക്ഷ്മദൃക്കും, കണിശക്കാരനുമായിരുന്നപ്പോൾ തന്നെ ജീവിതശൈലിയിലെ ലാളിത്യവും ജാതിമതഭേദമന്യേ സർവരോടുമുള്ള സഹാനുഭൂതിയോടെയുള്ള പെരുമാറ്റവും കൊണ്ട് ജനമനസുകളെ വശീകരിക്കാൻ അദ്ദേഹത്തിന് ഏറെനാൾ വേണ്ടിവന്നില്ല. പരമ്പരാഗതമായി തന്നെ ലഭ്യമായ ബ്രിട്ടീഷ്‌വിരുദ്ധ നിലപാടുകൾ, വെളിയങ്കോട് ഉമർ ഖാസിയടക്കമുള്ള സുഹൃത്തുക്കളുമായുള്ള സമ്പർക്കം കൂടുതൽ കർക്കശമാക്കാൻ സഹായകമായി. വിജാതീയ മതസ്ഥരുമായി അദ്ദേഹം സ്ഥാപിച്ച മൈത്രീബന്ധം സാമൂഹികമായൊരു ദീർഘദർശിത്വത്തിന്റെ തെളിവായി ചൂണ്ടിക്കാട്ടാവുന്നതാണ്. മൂന്നിയൂരിലെ കളിയാട്ടക്കാവ് ഉത്സവവുമായി ബന്ധപ്പെട്ട നാടൻപാട്ടുകളിൽ മമ്പുറം തങ്ങൾ പ്രകീർത്തിക്കപ്പെടുന്നത് ഉദാഹരണം. 1843 ൽ ചേറൂർ കലാപത്തിന് തുടക്കം കുറിച്ച കപ്രാട്ട് കൃഷ്ണപ്പണിക്കർ വധത്തിൽ, കൊല്ലപ്പെട്ട തിരൂരങ്ങാടി അംഗം അധികാരി സയ്യിദ് അലവി തങ്ങളുടെ അടുത്ത സുഹൃത്തായിരുന്നുവെന്നതും, പുകയില കള്ളക്കടത്തുകാരായിരുന്ന ഏതാനും പേരുടെ കപടസാമുദായിക ഭക്തിയായിരുന്നു പ്രസ്തുത സാഹസികതയുടെ ഉറവിടമെന്നതും അറിയപ്പെടാതെ പോയ രഹസ്യം. വ്യക്തിസാഹസികതകളെ സാമാന്യവൽക്കരിക്കുകയും പല

പ്പോഴും ഉദാത്തവൽക്കരിക്കുകയും ചെയ്യുന്നത് സാഹസീയത അഭിലഷിക്കുന്ന നാടോടി മനസുകളുടെ പൊതുപ്രവണതയാണല്ലോ. അതുകൊണ്ട് ചേറൂർ കലാപം പടപ്പാട്ട് രൂപത്തിൽ മാപ്പിളമാർക്കിടയിൽ എളുപ്പത്തിൽ പ്രചാരം നേടുകയും ചെയ്തു. കടുത്ത ബ്രിട്ടീഷ് വിരോധിയായിരുന്ന സയ്യിദ് അലവി തങ്ങളുടെ മുഖ്യരചനയാണ് *സൈഫുൽ ബത്താർ* - വംശാഭിമാനിയായ ഓരോ മുസൽമാനും ബ്രിട്ടീഷ് ആധിപത്യത്തിനെതിരെ ആയുധമെടുക്കണമെന്ന് ആഹ്വാനം ചെയ്യുന്ന പ്രസ്തുത രചന അദ്ദേഹത്തിന്റെ രാഷ്ട്രീയതാത്വിക ദർശനമാണ്. തങ്ങളോടുള്ള പിൽക്കാല സാമൂഹികാദരവിന്റെ പ്രത്യക്ഷീകരണമാണ് 'ജാറം' സന്ദർശിക്കാനെത്തുന്നവരുടെ ആധിക്യം വെളിപ്പെടുത്തുന്നത്. സയ്യിദ് അലി തങ്ങൾക്കു ശേഷം അദ്ദേഹത്തിന്റെ പുത്രൻ സയ്യിദ് ഫസൽ പൂക്കോയ തങ്ങൾ സാമുദായിക നേതൃത്വം ഏറ്റെടുത്തു. വിഖ്യാത പണ്ഡിതനും ഗ്രന്ഥകാരനുമായിരുന്നു ഫസൽ പൂക്കോയ തങ്ങൾ. *അസാബുൽ ഇസ്‌ലാം തഖ്‌വിയത്തിൽ ബത്താന തരീഖു അൽഹനീഫ, ഉലുൽ ഇഹ്സാൻ ലിസ്‌ലാം, അലാമൻ യുവാരിൽ കഫ്ഫാർ, ഉദ്ദത്തുൽ ഉമറാ അ്‌വൽഹുക്കാം ലീ ഇഹ്സാനത്തിൽ കഫറത്തിവ അബാദത്തിൽ അസ്നാം, ഫുയൂസാത്തൂൽ ഇലാഹിയ* തുടങ്ങിയ ഒട്ടേറെ രചനകൾ അദ്ദേഹത്തിന്റെ മതപര പാണ്ഡിത്യത്തിന്റെ നിദർശനങ്ങളാണ്. എന്നാൽ സാമൂഹികമായ വിപ്ലവബോധത്തെ വഴിതിരിച്ചുവിട്ട സമരോത്സുകനെന്ന നിലയിലാണ് മലബാറിലെ സാമാന്യജനത ഫസൽ പൂക്കോയ തങ്ങളെ അനുസ്മരിക്കുന്നത്. കനോലി വധത്തിന്റെ തുടർച്ചയായി ബ്രിട്ടീഷ് അധികാരികൾ നടപ്പിലാക്കിയ മതപീഡനവും പാരമ്പര്യ നിഷേധവും മലബാർ മുസ്ലീങ്ങളെ ക്ഷുഭിതരാക്കിയിരുന്നു. (അറബ് നാവിക വംശീയതയുടെ പാരമ്പര്യമായി മുസ്ലീങ്ങൾ സദാ ധരിക്കാറുള്ള കത്തിക്ക് വിലക്കേർപ്പെടുത്തുകയും മമ്പുറം ജാറത്തിലെ അനുഷ്ഠാന ചടങ്ങുകൾക്ക് വിലക്കുകൽപ്പിച്ചതും മതപീഡമായി കണക്കാക്കപ്പെട്ടു) പ്രാദേശിക ജന്മിത്വത്തിനെതിരെയുള്ള ചെറുത്തുനിൽപ്പുകളും വ്യക്തിവിരോധത്തിൽ നിന്ന് ഉളവായ സംഘർഷങ്ങളും ബ്രിട്ടീഷ് അധികാരികൾ മതവൽക്കരിക്കുകയും മാപ്പിളമാരുടെ ഹാലിളക്കമായി മുദ്രകുത്തുകയുമായിരുന്നു. പ്രാദേശികമായ അസ്വാരസ്യങ്ങൾ കലാപങ്ങളെന്ന നിലയിൽ അടിച്ചമർത്തപ്പെട്ടപ്പോൾ പ്രതിഷേധം കൊടുമ്പിരിക്കൊണ്ടത് സ്വാഭാവികം. സമാശ്വാസത്തിന് മമ്പുറം തങ്ങളെ സമീപിച്ചിരുന്ന സാധാരണ മുസൽമാൻമാരെ സാന്ത്വനപ്പെടുത്താനുള്ള ഫസൽ പൂക്കോയ തങ്ങളുടെ ശ്രമങ്ങൾ കമ്പനി ഭരണാധികാരികളെ സംശയാലുക്കളാക്കി. ഫസൽപൂക്കോയ തങ്ങളെ അറസ്റ്റ് ചെയ്യുമെന്നും നാടുകടത്തുമെന്നുമുള്ള ഊഹാപോഹങ്ങൾ നാട്ടിൽ ഉടനീളം പ്രചരിച്ചു. വിവരം കേട്ടറിഞ്ഞ് രോഷാകുലരായി മമ്പുറത്തെത്തിയ ഹിന്ദുക്കളും മുസ്ലീങ്ങളുമടങ്ങിയ വമ്പിച്ച ജനക്കൂട്ടത്തെ പിരിച്ചയച്ചതിൽ പിന്നെ ഹി: 1268 (ക്രി. 1852) ഫസൽ പൂ

ക്കോയ തങ്ങൾ കുടുംബസമേതം അറേബ്യയിലേക്ക് പോയി. ഫസൽ പൂക്കോയ തങ്ങളുടെ പലായനത്തോടെ മലബാർ മുസ്ലീം ചരിത്രത്തിലെ ഒരധ്യായത്തിനു തിരശ്ശീല വീണു. എന്നാൽ തിരൂരങ്ങാടിയുടെ സാമൂഹിക മനസിൽ അത് ഏൽപ്പിച്ച ആഘാതം വർഷങ്ങളോളം നീറിപ്പിടിക്കുകയായിരുന്നു. 1921 ലെ കലാപത്തിന്റെ പൊട്ടിത്തെറിയിൽ കലാശിച്ച മാപ്പിള സമരവീര്യത്തിന്റെ ചോദകബിന്ദുക്കളിൽ ഫസൽ പൂക്കോയ തങ്ങളുടെ നാടുകടത്തലിനെതിരെയുള്ള സാമൂഹ്യപ്രതിഷേധത്തിന്റെ വേദനകളും അടയാളമിട്ടതായി കാണാം.

ജനകീയ പോരാട്ടങ്ങളുടെ പത്തൊൻപതാം നൂറ്റാണ്ട്

ഡോ. ശിവദാസൻ പി

പത്തൊൻപതാം നൂറ്റാണ്ടിൽ കേരളീയ ജനജീവിതത്തിലുണ്ടായ മാറ്റങ്ങൾ ആധുനിക കേരളത്തെ രൂപപ്പെടുത്തിയെടുക്കുന്നതിൽ പ്രധാന പങ്കുവഹിച്ചിട്ടുണ്ട്. ഇന്ന് നാം ജീവിക്കുന്ന കേരളീയ ഭൂതലത്തിൽ പത്തൊൻമ്പതാം നൂറ്റാണ്ടിലെ ജനങ്ങൾ ജന്മിത്തത്തിനും സാമ്രാജ്യത്ത ചൂഷണത്തിനുമെതിരെ നടത്തിയ പോരാട്ടങ്ങളാണ് ആധുനിക സമൂഹത്തിന്റെ അടിത്തറയായത്. തീക്ഷ്ണവും ത്യാഗപരവുമായ ഈ ചെറുത്തുനിൽപ്പുകൾ മുൻകാല കോളനിവാഴ്ചാ വിരുദ്ധ പോരാട്ടങ്ങളിൽനിന്ന് ഏറെ വിഭിന്നമായിരുന്നുവെന്നുമാത്രമല്ല നാം അറിയുന്ന കേരളചരിത്ര പഠനങ്ങളിൽ വേണ്ടത്ര പരിഗണന കിട്ടാത്തവയുമാണ്. കോളനിവൽക്കരണത്തിനും അടിച്ചമർത്തലുകൾക്കുമെതിരെ പ്രതിഷേധത്തിന്റെ ചരിത്രം നിരത്തുന്നതിൽ കേരളീയർ മുൻപന്തിയിലാണെന്ന് കാതലീൻ ഗോ അഭിപ്രായപ്പെട്ടത് ഈ മുന്നേറ്റങ്ങൾ അടിസ്ഥാനമാക്കിയാണ്.

പതിനെട്ടും പത്തൊൻപതും നൂറ്റാണ്ടുകളിൽ കേരളത്തിലേക്ക് ഇരച്ചുകയറിയ സാമ്രാജ്യത്ത ശക്തികൾ ബഹുവിധത്തിലാണ് ജനജീവിതത്തെ മാറ്റിമറിച്ചുകൊണ്ടിരുന്നത്. ഈ നുഴഞ്ഞുകയറ്റം അക്രമാസക്തപരമായിരുന്നു എന്നു മാത്രമല്ല, കോളനിവൽക്കരണത്തിനനുകൂലമായ ഘടകങ്ങളെ കേരളനാട്ടിൽ നട്ടുപിടിപ്പിച്ചുകൊണ്ടാണ് ഈ അധിനിവേശം സാധ്യമാക്കിയത്. പത്തൊൻപതാം നൂറ്റാണ്ടിന്റെ ആദ്യ പകുതിയിൽ ചൂഷണവ്യവസ്ഥക്കായുള്ള കോളനിവാഴ്ചക്കാരുടെ ഇടപെടൽ വർധിക്കുകയും കേരളത്തിലാകമാനം ജനങ്ങൾ വിവിധരൂപത്തിലുള്ള ചെറുത്തുനിൽപ്പുകൾ ഉയർത്തിക്കൊണ്ടുവരികയും ചെയ്തു. എന്നാൽ പതിനെട്ടാം നൂറ്റാണ്ടിന്റെ അന്തിമകാലത്ത് കോളനിവാഴ്ചക്കെതിരെ കേരള

ത്തിലെ ജന്മി-നാടുവാഴിത്ത ശക്തികൾ മുന്നേറ്റം നടത്തിയിരുന്നു. സാമ്രാജ്യത്വ വിരുദ്ധ മനോഭാവമുണ്ടായിരുന്ന ഈ ചെറുത്തു നിൽപ്പുകൾ അധികാരച്ചോർച്ച അനുഭവപ്പെട്ടു തുടങ്ങിയ നാടുവാഴി പ്രതിരോധങ്ങളായിരുന്നു എന്നു മനസിലാക്കേണ്ടതാണ്.

യൂറോപ്പിൽ നിന്നെത്തിയ കച്ചവടശക്തികൾ കേരളത്തിൽ കാലുറപ്പിച്ച പതിനഞ്ചാം നൂറ്റാണ്ടു മുതൽക്കുതന്നെ രാജാക്കന്മാരും നാടുവാഴികളും ഇടപ്രഭുക്കൻമാരും വിദേശ ശക്തികളുമായി ഇണങ്ങുകയും പിണങ്ങുകയും ചെയ്തിട്ടുണ്ട്. ഇക്കൂട്ടരുടെ പ്രതിരോധങ്ങൾക്ക് സാധാരണ ജനങ്ങളുടെ പിന്തുണയാർജിച്ച് ശക്തമായ മുന്നേറ്റങ്ങളാവാൻ കഴിഞ്ഞിട്ടില്ല. ജാതി ജന്മിത്ത ശക്തികൾക്ക് അവരുടെ അധീശത്വം നിലനിർത്തുന്നതിനുള്ള പോരാട്ടങ്ങൾ ആയിരുന്നു ഇവയിൽ മിക്കതും. മലബാറിലെ കുഞ്ഞാലിമരക്കാർമാരുടെ പോരാട്ടവും സാമൂതിരിയുടെ ആദ്യകാല ചെറുത്തുനിൽപ്പും മാർത്താണ്ഡവർമയുടെയും ആറ്റിങ്ങൽ പ്രദേശത്തെ പ്രമാണിമാരുടെ കലാപവും ഇക്കൂട്ടത്തിൽപ്പെടുന്നു. നാടുവാഴിത്തത്തിന്റെ പുനഃസ്ഥാപനമായിരുന്നു ഈ പോരാട്ടങ്ങളുടെ ആത്യന്തിക ലക്ഷ്യം. ഇതിനിടയ്ക്കുതന്നെ ബ്രിട്ടീഷ് ഈസ്റ്റിന്ത്യാ കമ്പനി നാടുവാഴികളുടെ സഹായത്തോടെ കേരളത്തിൽ വേരോട്ടം നേടിക്കഴിഞ്ഞിരുന്നു. പോർച്ചുഗീസ്, ഫ്രഞ്ച്, ഡച്ച് മേൽക്കോയ്മയെ ക്രമേണ ഇല്ലാതാക്കി അക്കൂട്ടർ സ്ഥാപിച്ചെടുത്ത അടിത്തറയെ നിലനിർത്തിയും പരിവർത്തനം ചെയ്തും ആധുനിക ചൂഷണ വ്യവസ്ഥ കെട്ടിപ്പടുക്കുകയായിരുന്നു ഇവരുടെ ലക്ഷ്യം. മതപ്രചരണം, തൊഴിലാളികളെ കണ്ടെത്തൽ, തോട്ടം വ്യവസായം, വിദ്യാഭ്യാസ പ്രവർത്തനം, നിയമവ്യവസ്ഥ തുടങ്ങിയവയിലൂടെയാണ് ഈ ആധിപത്യം അവർ നേടിയെടുത്തത്. പത്തൊൻപതാം നൂറ്റാണ്ടിലെ മലയാളി ജീവിതത്തെ അലോസരപ്പെടുത്തിയത് ഈ സാംസ്കാരിക ഇടപെടലാണ്. ഈ മാറ്റങ്ങളെ ഭയത്തോടെയും വെറുപ്പോടെയും പ്രതിരോധിച്ച ജനങ്ങളാണ് ഇരുപതാംനൂറ്റാണ്ടിലെ സ്വാതന്ത്ര്യസമര മുന്നേറ്റത്തിന് അടിത്തറയിട്ടത്.

കോളനിവാഴ്ചക്കെതിരെ ചെറുത്തുനിൽപ്പ്

സാമ്രാജ്യത്വ ചൂഷണത്തിനെതിരെ പ്രതിരോധം തുടങ്ങുന്നതിൽ ഇന്ത്യയിൽ ആദ്യകാല മുന്നേറ്റം നടത്തിയത് മലയാളികളാണ്. പോർച്ചുഗീസുകാർ കച്ചവട മേധാവിത്വം നേടുന്നത് ഇന്ത്യയുടെ പടിഞ്ഞാറൻ തീരങ്ങളിൽ നിലനിന്നിരുന്ന അറബികളുടെ കച്ചവടക്കുത്തക തകർത്തുകൊണ്ടാണ്. അറബികളുടെ കച്ചവട പ്രവർത്തനങ്ങൾ നാടുവാഴികൾക്കിടയിലും നാട്ടുകാർക്കിടയിലും ശത്രുതയുണ്ടാക്കിയിരുന്നില്ല. അറബികളുടെ മേധാവിത്വ കാലത്തു നടന്ന മതപ്രചരണ പ്രവർത്തനങ്ങൾക്കെതിരെയും പ്രതികരണങ്ങൾ വളർന്നുവന്നില്ല. എന്നാൽ 1498 മുതൽ ആരംഭിക്കുന്ന ഗാമായുഗത്തിലെ യൂറോപ്യൻ ആധിപത്യം തികച്ചും വ്യത്യ

സ്തമായിരുന്നു. നാടുവാഴികൾ തമ്മിലുള്ള തർക്കങ്ങളിൽ പക്ഷം പിടിച്ചും അക്രമപ്രവർത്തനങ്ങൾ നടത്തിയും യൂറോപ്യൻമാർ കേരളത്തിൽ ആധിപത്യം നേടി ഈ സാംസ്കാരികാധിനിവേശം അറബ് മേധാവിത്തത്തിൽനിന്ന് ഏറെ വ്യത്യസ്തമായിരുന്നു. ക്രിസ്തുമത പ്രചരണത്തിന് സഹായം ചെയ്ത യൂറോപ്യൻമാർ ഇസ്ലാംമതത്തെ ശത്രുതയോടെയാണ് വീക്ഷിച്ചിരുന്നത്. ഇത് മുൻകാല ക്രിസ്ത്യൻ-ഇസ്ലാം മതങ്ങളുടെ സംഘർഷങ്ങളുടെ തുടർച്ചയായിരുന്നു. ഇന്ത്യക്കു സമീപമുള്ള കടലുകളിൽ ആധിപത്യമുറപ്പിച്ച യൂറോപ്യൻ കച്ചവട ശക്തികൾ കപ്പൽപ്പാസുകൾ നടപ്പിലാക്കിയും കടൽക്കൊള്ളകൾ ചെയ്തും അറബികൾ ഉൾപ്പെടെയുള്ള അന്യദേശ കച്ചവടക്കാരെ ഈ മേഖലയിൽനിന്ന് തുരത്തി. ഇതായിരുന്നു കുഞ്ഞാലി മരക്കാർമാരുടെ പോർച്ചുഗീസ് വിരോധത്തിനു കാരണം. കോളനി വാഴ്ചയുടെ അപകടം തിരിച്ചറിഞ്ഞുകൊണ്ടുള്ള പ്രതിഷേധമായിരുന്നു ഇത്. പോർച്ചുഗീസുകാരുടെ നിർബന്ധിത മതപരിവർത്തനവും ഇസ്ലാമിക വിരോധ പ്രവർത്തനങ്ങളും പിൽക്കാലത്ത് കേരളത്തിലെ ഇസ്ലാംമത സമൂഹത്തെ സംഘടിത ശക്തിയാക്കുന്നതിൽ സുപ്രധാന പങ്കുവഹിക്കുകയുണ്ടായി. പോർച്ചുഗീസു ശക്തികൾക്കെതിരെ വിശുദ്ധയുദ്ധം പ്രഖ്യാപിക്കുന്നതിന് ഇസ്ലാം മതനേതാക്കളെ പ്രേരിപ്പിച്ചത് ഈ തിരിച്ചറിവാണ്. ഷെയ്ഖ് സൈനുദ്ദീൻ മഖ്ദും *തുഹഫാത്തുൽ മുജാഹിദ്ദീൻ* രചിക്കുന്നത് ഈ പശ്ചാത്തലത്തിലാണ്. കോഴിക്കോട് ഖാസി മുഹമ്മദ് 1571 ൽ തയാറാക്കിയ *ഖുതബുത്തുൽ ജിദ്ദിയ്യ* ഇതേ രീതിയിലുള്ളതും പോർച്ചുഗീസുകാർക്കെതിരെ സമരപോരാട്ടത്തിനിറങ്ങാൻ ആഹ്വാനം ചെയ്യുന്നതുമായ കൃതിയാണ്. വീരചരമം പ്രാപിച്ചു എന്നു വിശ്വസിക്കുന്ന കുഞ്ഞാലിമരക്കാരെക്കുറിച്ചുള്ള *കോട്ടപ്പള്ളിമാല* കാസർകോടിനടുത്ത് രാമൻതളിയിൽ പോർച്ചുഗീസുകാരോട് ഏറ്റുമുട്ടി രക്തസാക്ഷികളായവരുടെ പേരിലുള്ള *രാമംതളി ശുഹദാമാല* എന്നിവയും ഇക്കാലത്തെ സാമ്രാജ്യത്വ അധിനിവേശത്തെ ചെറുത്തുനിൽപ്പിനെ പ്രതിനിധാനം ചെയ്യുന്ന കൃതികളാണ്. പതിനാറാം നൂറ്റാണ്ടിൽ കുഞ്ഞാലിമരക്കാർമാർ കോളനിവാഴ്ചക്കെതിരെ നയിച്ച പോരാട്ടം ഇന്ത്യാചരിത്രത്തിലെ വലിയ കോളനിവിരുദ്ധ സമരമായിരുന്നു. ഈ ഐതിഹാസിക പോരാട്ടത്തിന്റെ സ്മൃതി പിൽക്കാല മുന്നേറ്റങ്ങളെയും സ്വാധീനിച്ചിട്ടുണ്ട്.

പിന്നീട് അധികാരം സ്ഥാപിച്ച ഡച്ചുകാർ കച്ചവടത്തിലൂടെയും നാടുവാഴി തർക്കങ്ങളിൽ ചേരിപിടിച്ചും കോളനിവാഴ്ചയെ ശക്തിപ്പെടുത്തി. ഇക്കൂട്ടരിൽനിന്ന് സ്വായത്തമാക്കിയ രാഷ്ട്രീയസങ്കൽപ്പവും ആധുനിക ജ്ഞാനവും ഉപയോഗിച്ച് മാർത്താണ്ഡവർമ്മ തിരുവിതാംകൂറിൽ നാടുവാഴിത്തത്തെ നേരിട്ടു. അക്രമ പരമ്പരകളിലൂടെ നേടിയ സ്വത്തും നികുതികളും ഇംഗ്ലീഷുകാരുമായുള്ള ചങ്ങാത്തവും തൃപ്പടിദാനവും തിരുവിതാംകൂറിനെ ഒരു രാഷ്ട്രമെന്ന നിലയ്ക്ക് ശക്തമാക്കുവാൻ മാർത്താണ്ഡ

വർമയെ സഹായിച്ചു. 1741 ൽ ഡച്ചുകാരുടെ മേൽ മാർത്താണ്ഡവർമ നേടിയ വിജയം ഈ മാറ്റങ്ങളെ കൂടുതൽ ശക്തമാക്കാൻ ഉപകരിക്കുകയുണ്ടായി. നാടുവാഴിത്തം അടിച്ചമർത്തപ്പെട്ടപ്പോൾ എതിർവശത്ത് ഇംഗ്ലീഷ് ഈസ്റ്റിന്ത്യാ കമ്പനിയുടെ ശക്തി വർധിക്കുന്നുണ്ടായിരുന്നു. ജന്മിമാരുടെ സമ്പത്തിനും മേൽക്കോയ്മക്കും വേണ്ടിയുള്ള ജനദ്രോഹവും വിദേശ കമ്പനികളുടെ ചൂഷണവും ഇക്കാലത്തെ ജനജീവിതത്തെ ദുസ്സഹമാക്കിയിട്ടുണ്ടാവണം. പാർശ്വവൽക്കരിക്കപ്പെട്ടവരിലും ദരിദ്രരിലും ജാതി ചേരിതിരിവുകൾ വർധിപ്പിച്ചതും പുതിയ ജന്മിമാരെ കേരളത്തിനു പുറത്തുനിന്ന് തിരുവിതാംകൂറിലും മറ്റും പ്രതിഷ്ഠിക്കപ്പെട്ടതും ഇക്കാലത്താണ്. കുഞ്ചൻനമ്പ്യാരുടെ കൃതികളിലും മറ്റും കാണാവുന്ന അസ്വസ്ഥത നിറഞ്ഞ സാമൂഹ്യാന്തരീക്ഷം ഇക്കാലത്തേതാണ്. 1721 ൽ ആറ്റിങ്ങലിൽ ഈസ്റ്റിന്ത്യാ കമ്പനിയുടെ പട്ടാളക്കാരുടെ നേർക്ക് നാട്ടുപ്രമാണിമാർ അക്രമം അഴിച്ചുവിട്ടത് ഈ പരിതഃസ്ഥിതിയിലാണ്. ആറ്റിങ്ങൽ റാണിയെ ഉപഹാരങ്ങൾ നൽകി വശത്താക്കാൻ 141 ബ്രിട്ടീഷുകാർ അഞ്ചുതെങ്ങു കോട്ടയിൽനിന്ന് മുന്നോട്ടു നീങ്ങുമ്പോൾ നാടുവാഴികളുടെ നേതൃത്വത്തിൽ അക്രമിക്കപ്പെട്ടത് കോളനി ശക്തികളുടെ ജനജീവിതത്തിലെ ഇടപെടലിനെതിരെയുള്ള പ്രതികരണമായിരുന്നു. കേരളത്തിലെ പ്രകൃതിവിഭവങ്ങൾ അധാർമികമായി കൊള്ളയടിക്കുവാനുള്ള ശ്രമത്തെ ഇക്കാലത്തെ നാട്ടുപ്രമാണിമാർ സംശയത്തോടെയാണ് കണ്ടിരുന്നത്.

വിവിധ കോളനിശക്തികൾ ചൂഷണാധികാരത്തിനായി തമ്മിലടിക്കുന്ന ഘട്ടത്തിലാണ് മലബാർ മൈസൂരിലെ ഭരണാധികാരിയായിരുന്ന ഹൈദരാലിയുടെയും ടിപ്പുവിന്റെയും ആക്രമണത്തിനിരയാവുന്നത്. മലബാറിന്റെ ജാതി ജന്മിത്ത വ്യവസ്ഥയെ ആകമാനം ഇളക്കിമറിച്ച ആക്രിണമായിരുന്നു ഇത്. കേരളത്തിന്റെ സകലമൂലകളെയും ചലനാത്മകമാക്കിയ സൈനികാക്രമണമായിരുന്നു ഇത്. തിരുവിതാംകൂറും കൊച്ചിയും മൈസൂർ ഭരണാധികാരികളെ ഭയന്ന് അധികാരം ബ്രിട്ടീഷ് കമ്പനിക്ക് അടിയറവച്ചു. മലബാറിൽ മൈസൂർ മേൽക്കോയ്മക്കു കീഴിൽ ജന്മിത്വം ഇല്ലാതാക്കി. പാർശ്വവൽക്കരിക്കപ്പെട്ടവരും സാധാരണക്കാരുമായവർക്ക് സ്വാതന്ത്ര്യം ആനുകൂല്യങ്ങളും ലഭിച്ചു. ഇവരിൽ നിരവധിപേർ ഇഷ്ടാനുസരണവും അല്ലാതെയും ഇസ്ലാംമതം സ്വീകരിച്ചു. വസ്ത്രധാരണം, തൊട്ടുകൂടായ്മ, അടിമത്തം, ഭൂനികുതി, ജാതിവ്യവസ്ഥ എന്നിവ വിപ്ലവസമാനമായി മാറ്റിമറിക്കപ്പെട്ടു. പുതിയ റവന്യൂ പരിഷ്കാരം, റോഡ് നിർമാണം ജലപാതകളുടെ വികസനം, കാർഷിക പരിഷ്കരണം, നഗരവൽക്കരണം തുടങ്ങിയവ മലബാറിലുണ്ടായിരുന്ന ക്ഷേത്രകേന്ദ്രീകൃത ജന്മിത്ത വ്യവസ്ഥയെ അടിമുടി പരിഷ്കരിച്ചു. ഇതിന്റെ പ്രത്യാഘാതങ്ങൾ കൊച്ചിയിലും തിരുവിതാംകൂറിലും ഉണ്ടായി. മലബാറിലെ ആധുനികതയിലേക്കു നയിച്ചത് ഏറെക്കുറെ ഈ മൈസൂറിയൻ ആധിപത്യമായിരുന്നു. 1792 ൽ ശ്രീരംഗപട്ടണത്തു വച്ച് ടിപ്പുസുൽത്താൻ ബ്രിട്ടീഷ്

സേനയാൽ പരാജയപ്പെടുത്തപ്പെട്ടപ്പോൾ മലബാർ ബ്രിട്ടീഷ് അധീനതയിലായി. പത്തൊൻപതാം നൂറ്റാണ്ടിന്റെ തുടക്കത്തോടെ ഇന്നത്തെ കേരളം മുഴുവൻ ബ്രിട്ടീഷു കമ്പനിയുടെ അധീനതയിലായി. ഈ ആധിപത്യം ലോകത്തിലാകമാനം മുതലാളിത്തവും സാമ്രാജ്യത്വവും പുതിയ വ്യാവസായിക സമ്പ്രദായത്തിലേക്ക് മാറിക്കൊണ്ടിരുന്ന കാലത്താണ് നിലവിൽ വന്നത്. ഇതുകൊണ്ടുതന്നെ പത്തൊമ്പതാം നൂറ്റാണ്ടിൽ കേരളം ദർശിക്കേണ്ടിവന്നത് കോളനിവാഴ്ചയുടെ പുതിയ ഇടപെടലുകളായിരുന്നു.

നാടുവാഴികളുടെ പ്രതിരോധം

പതിനെട്ടാം നൂറ്റാണ്ടിന്റെ രണ്ടാം പകുതിയിൽ കേരളത്തിലാകമാനം നാടുവാഴികൾ ഈസ്റ്റ് ഇന്ത്യാ കമ്പനി മേൽക്കോയ്മക്കെതിരെ നടത്തിയ മുന്നേറ്റങ്ങൾ ഏകദേശം സമാനസ്വഭാവമുള്ളവയാണ്. മൈസൂറിയൻ ഭരണാധികാരികളിൽനിന്ന് കൈക്കലാക്കിയ മലബാറിൽ, ഈസ്റ്റ് ഇന്ത്യാ കമ്പനി പഴയ നാടുവാഴിത്തം പുനഃസ്ഥാപിച്ചു. ഈ നാടുവാഴികൾക്ക് മുൻപ് അനുഭവിച്ചിരുന്ന എല്ലാ അധികാരങ്ങളും പുനഃസ്ഥാപിക്കപ്പെട്ടിരുന്നില്ല. മാലിഖാന അഥവാ പെൻഷൻ പറ്റിയ നാടുവാഴികൾ ബ്രിട്ടീഷ് കമ്പനിയുടെ നികുതി പിരിവുകാർ എന്ന നിലയ്ക്കാണ് അധികാരമേറ്റത്. ഇത്തരത്തിൽ അസംതൃപ്തരായവരും അവകാശത്തിനായി മത്സരിച്ചവരും ഈസ്റ്റ് ഇന്ത്യാ കമ്പനിയുമായി സംഘർഷത്തിലേർപ്പെട്ടു. ഇവരിൽ മുഖ്യൻ വീരകേരള വർമ എന്ന് അറിയപ്പെട്ട പഴശ്ശിരാജാവായിരുന്നു. ഇതുപോലെ അധികാരത്തിന്റെ പേരിൽ ബ്രിട്ടീഷ് കമ്പനിയോട് ഇടയേണ്ടിവന്ന കൊച്ചിയിലെ പാലിയത്തച്ഛനും തിരുവിതാംകൂറിലെ വേലുത്തമ്പി ദളവയും നാടുവാഴിത്തത്തിന്റെ പൂർണമായ തിരിച്ചുവരവ് ആഗ്രഹിച്ചിരുന്നവരാണ്. ബ്രിട്ടീഷ് മേൽക്കോയ്മക്കെതിരെ പൊരുതിയവർ എന്ന നിലയ്ക്ക് കേരളത്തിലെ സ്വാതന്ത്ര്യസമര ചരിത്രത്തിലെ സുപ്രധാന പോരാട്ടങ്ങളായി ഇവരുടെ മുന്നേറ്റങ്ങളെ ചിത്രീകരിക്കപ്പെട്ടതായി കാണാം. ഈ പോരാട്ടങ്ങൾ സാധാരണ ജനങ്ങൾക്കുവേണ്ടിയുള്ള സ്വാതന്ത്ര്യ സമരങ്ങളായിരുന്നില്ല. രാജഭരണത്തെയും നാടുവാഴിത്തത്തെയും ബ്രിട്ടീഷ് മേൽക്കോയ്മയിൽനിന്ന് സംരക്ഷിക്കുക എന്നതായിരുന്നു ഈ പടവെട്ടലുകളുടെ ഉദ്ദേശ്യം. ഈ ലക്ഷ്യം നേടുന്നതിന് നാടുവാഴിത്ത ശക്തികൾക്ക് പരമ്പരാഗത മാർഗങ്ങൾ ഉപയോഗിച്ച് ജനപിന്തുണ അഭ്യർഥിക്കേണ്ടിവന്നു. മാപ്പിളമാരുടെയും വയനാടൻ കാടുകളിലെ ആദിവാസി ഗോത്രവിഭാഗങ്ങളുടെയും പിന്തുണയോടെയാണ് പഴശ്ശിരാജ കമ്പനിസേനയെ നേരിട്ടത്. ഒരു നാടുവാഴി അനുവർത്തിച്ചിരുന്ന ജാതിമേൽക്കോയ്മയും മര്യാദകളും ജന്മിത്തമേൽക്കോയ്മയും നിലനിർത്തിക്കൊണ്ടുതന്നെയാണ് ഈ കോളനിവാഴ്ചാ വിരുദ്ധ പോരാട്ടം നടത്തിയത്. ഈ യുദ്ധത്തിൽ വിജയം നേടിയെടുക്കുന്നതിന് ദക്ഷിണേ

ന്ത്യയിലെ മറ്റ് കോളനിവാഴ്ചാ വിരുദ്ധ ശക്തികളുമായി ചങ്ങാത്തം സ്ഥാപിക്കുവാൻ പഴശ്ശിരാജ ശ്രമിച്ചിരുന്നതായി കെ രാജയ്യൻ തന്റെ ദക്ഷിണേന്ത്യൻ കലാപങ്ങൾ എന്ന പുസ്തകത്തിൽ സൂചന നൽകിയിട്ടുണ്ട്. പിൽക്കാലത്ത് ഒരു ആവശ്യമെന്ന വിധത്തിൽത്തന്നെ പഴശ്ശിരാജയുടെ പോരാട്ടം ഒരു ഐതിഹാസിക സാമ്രാജ്യവിരുദ്ധ മുന്നേറ്റമെന്ന നിലയ്ക്കും പഴശ്ശിരാജയെ കേരളസിംഹം എന്ന വിധത്തിലും സ്വാതന്ത്ര്യസമരം ഉപയോഗപ്പെടുത്തുകയുണ്ടായി. തിരുവിതാംകൂറിലെ പ്രധാനമന്ത്രിയായിരുന്ന വേലുത്തമ്പിദളവയും ഇതേവിധത്തിൽ ഈസ്റ്റ് ഇന്ത്യാ കമ്പനിയെ നേരിടുകയുണ്ടായി. ബ്രിട്ടീഷ് ഭരണാധികാരികളുമായി ചേർന്ന് തിരുവിതാംകൂറിൽ റവന്യൂ പരിഷ്കാരണങ്ങൾ നടപ്പിലാക്കിയ ആളായിരുന്നു വേലുത്തമ്പി ദളവ. തിരുവിതാംകൂർ പട്ടാളത്തിൽ നടപ്പിലാക്കിയ പരിഷ്കാരങ്ങൾക്കെതിരെ നടന്ന സൈനിക കലാപങ്ങളെ കമ്പനിപിന്തുണയോടെ അടിച്ചമർത്തിയത് വേലുത്തമ്പി ദളവയായിരുന്നു. എന്നാൽ കമ്പനി റസിഡന്റ് മെക്കാളെ പ്രഭുവുമായി ശത്രുതയിലായ അവസരത്തിലാണ് വേലുത്തമ്പി ദളവ ബ്രിട്ടീഷ് വിരുദ്ധ പ്രവർത്തനം ആരംഭിച്ചത്. ഈസ്റ്റിന്ത്യാ കമ്പനിയുടെ ഇടപെടലിന്റെ ഫലമായി തിരുവിതാംകൂർ സമ്പദ് വ്യവസ്ഥയിൽ കാര്യമായ മാറ്റങ്ങൾ ഉടലെടുത്തു തുടങ്ങിയ കാലമായിരുന്നു ഈ ശത്രുതയുടെ ഘട്ടം. 1808 ൽ മെക്കാളെ പ്രഭുവിനെ വധിക്കുവാൻ വേലുത്തമ്പി ദളവ പദ്ധതി ആസൂത്രണം ചെയ്തിരുന്നു. ഈസ്റ്റ് ഇന്ത്യാ കമ്പനിക്കെതിരെ പടനയിക്കുവാൻ കൊച്ചിയിലെ പ്രധാനമന്ത്രിയായ പാലിയത്തച്ഛനുമായും വേലുത്തമ്പി സഖ്യത്തിലേർപ്പെട്ടു. ബ്രിട്ടീഷ് വിരുദ്ധ മുന്നേറ്റം നടക്കുന്ന കാലത്ത് 1809 ൽ കുണ്ടറയിൽവച്ച്, ഈസ്റ്റ് ഇന്ത്യാ കമ്പനിയെ എതിർക്കേണ്ടത് ജനങ്ങളുടെ കടമയാണെന്ന് പ്രഖ്യാപിക്കുന്ന വിളംബരം നടത്തി വേലുത്തമ്പി ദളവ കേരളചരിത്രത്തിൽ പ്രമുഖ സ്ഥാനം കരസ്ഥമാക്കി. അധികാര ശോഷണം സംഭവിച്ച നാടുവാഴികൾ അവ തിരികെ പിടിക്കുവാൻ നടത്തുന്ന ശ്രമങ്ങളുടെ ഭാഗമായിരുന്നു വേലുത്തമ്പിയുടെ കലാപവും നാടുവാഴിത്തത്തിന്റെ ആന്തരിക വൈരുധ്യംകൊണ്ടും ജനങ്ങളുടെ പൂർണ പിന്തുണ നേടിയെടുക്കുവാൻ കഴിയാത്തതു നിമിത്തവും വേലുത്തമ്പിയുടെ പ്രതിരോധവും പരാജയപ്പെട്ടു.

വേലുത്തമ്പി ദളവയെപ്പോലെയും പഴശ്ശിരാജാവിനെപ്പോലെയും കൊച്ചിയിലെ പാലിയത്തച്ഛനും ആദ്യകാലത്ത് ബ്രിട്ടീഷുകാരുമായി സൗഹൃദത്തിലായിരുന്നു. തങ്ങൾക്ക് വർധിച്ച അധികാരങ്ങൾ കൈക്കലാക്കാൻ കഴിയില്ലെന്നു തിരിച്ചറിഞ്ഞ ഘട്ടത്തിലാണ് പാലിയത്തച്ഛനും ബ്രിട്ടീഷ് വിരോധിയായത്. ബ്രിട്ടീഷ്സേന പാലിയത്തച്ഛനെ പരാജയപ്പെടുത്തിയതും 1809 ഫെബ്രുവരി 27ന് നാടുകടത്തുകയും ചെയ്തു. പാലിയത്തച്ഛൻമാരുടെ സേവനം ഉപയോഗിച്ചാണ് കൊച്ചിയിൽ വിവിധ യൂറോപ്യൻ കമ്പനികൾ വേരുറപ്പിച്ചത്. ഇങ്ങനെ പ്രതിഫലമായി ഡച്ചുകാർ

സംഭാവന ചെയ്തതാണ് ചേന്ദമംഗലത്തെ പാലിയത്തച്ഛൻമാരുടെ കൊട്ടാരം.

ജനമുന്നേറ്റങ്ങളുടെ പത്തൊൻപതാം നൂറ്റാണ്ട്

നാടുവാഴി പ്രക്ഷോഭങ്ങൾ പരാജയപ്പെടുമ്പോൾ പത്തൊൻപതാം നൂറ്റാണ്ടിൽ ബ്രിട്ടീഷ് മേൽക്കോയ്മയെ ഇന്ത്യയിൽ പ്രതിരോധത്തിലാക്കിയത് ജനകീയ മുന്നേറ്റങ്ങളായിരുന്നുവെന്ന് എസ് ബി ചൗധരി ഇന്ത്യൻ കലാപങ്ങളിലെ ജനകീയ സാന്നിധ്യത്തെക്കുറിച്ചുള്ള പഠനത്തിൽ അഭിപ്രായപ്പെട്ടിട്ടുണ്ട്. കോളനിവാഴ്ചയുടെ അപകട സ്വഭാവം തിരിച്ചറിഞ്ഞുകൊണ്ടുള്ള സാംസ്കാരിക പ്രതിരോധം കൂടിയായിരുന്നു പത്തൊൻപതാം നൂറ്റാണ്ടിലെ ജനകീയ പ്രക്ഷോഭങ്ങൾ കോളണിഭരണത്തിന് അന്ത്യംകുറിക്കുവാൻ ഈ സാംസ്കാരിക പ്രവർത്തനം അത്യന്താപേക്ഷിതമായിരുന്നു. ഇന്ത്യയുടെ ഇതരഭാഗങ്ങളിൽ നടന്നതുപോലെ കേരളത്തിലും പരക്കെ കലാപങ്ങൾ ഇക്കാലത്തുണ്ടായി. വയനാടൻകാടുകളിൽ കുറിച്യരും കുറുമ്പരും നടത്തിയ കലാപങ്ങൾ, മലബാറിലെ മാപ്പിളമാരുടെ പോരാട്ടങ്ങൾ, തെക്കൻ കേരളത്തിലെ ആറാട്ടുപുഴ വേലായുധപ്പണിക്കരുടെ നേതൃത്വത്തിൽ നടന്ന പ്രതിരോധം, തിരുവിതാംകൂറിൽ നടന്ന മേൽശീലകലാപങ്ങൾ, കൊല്ലം കേന്ദ്രീകരിച്ചു നടന്ന സൈനിക കലാപങ്ങൾ തുടങ്ങിയ ചെറുതും വലുതുമായ നിരവധി മുന്നേറ്റങ്ങളാണ് പത്തൊൻപതാം നൂറ്റാണ്ടിന്റെ ആദ്യഘട്ടം മുതൽക്കുതന്നെ കേരളത്തിലുണ്ടായത്. ഈ സമരങ്ങളെല്ലാം അന്നോളംവരെ കോളണി വിരുദ്ധ പോരാട്ടത്തിൽ പങ്കാളികളല്ലാതിരുന്ന സാധാരണക്കാരുടെ പങ്കാളിത്തത്തോടെ പരമ്പരാഗത ബുദ്ധിജീവികളുടെ നേതൃത്വത്തിൽ നടന്നവയാണ്. ദുർബലപ്പെട്ടുകൊണ്ടിരുന്ന നാടുവാഴിത്ത ശക്തികൾ മേൽക്കോയ്മക്കായി നടത്തിക്കൊണ്ടിരുന്ന ജാതി-ജന്മിത്ത പീഡനങ്ങൾക്കെതിരെയുള്ള മുന്നേറ്റം കൂടിയായിരുന്നു ഈ ജനകീയ പ്രക്ഷോഭങ്ങൾ. സ്വതന്ത്രമായി വഴി നടക്കുവാനും വസ്ത്രം ധരിക്കുവാനും ജാതി വിലക്കുകളില്ലാതെ ഭാഷ സംസാരിക്കുവാനും ഭൂമിയിൽ അവകാശം നേടുവാനും കർഷകരും ഗോത്രവർഗക്കാരും ജനങ്ങളും മതനേതാക്കളും ഈ സമരത്തിൽ അണിചേർന്നതായി കാണാം. പത്തൊൻപതാം നൂറ്റാണ്ടിൽ പ്രത്യക്ഷപ്പെട്ട തീക്ഷ്ണമായ കോളനിവൽക്കരണത്തിന്റെ ഇടപെടലുകളാണ് ഈ പോരാട്ടങ്ങൾക്ക് വേദിയൊരുക്കിയത്. ഈ ഇടപെടലുകൾ സാധാരണ ജനവിഭാഗത്തിന്റെ ദൈനംദിന ജീവിതത്തെ ദുസ്സഹമാക്കാൻ തുടങ്ങിയിരുന്ന കാലത്താണ് കലാപങ്ങൾ ആരംഭിക്കുന്നത്. ദക്ഷിണ ഏഷ്യൻ സമൂഹത്തിന്റെ ഉപഭോഗ സംസ്കാരത്തിൽ കോളനിവാഴ്ച കരിനിഴൽ വീഴ്ത്തിയത് ഈ നൂറ്റാണ്ടിലാണ്. ആഗോള തൊഴിൽ, മൂലധന, കമ്പോള വ്യവസ്ഥയുമായി ഈ പ്രദേശങ്ങളിലെ ജീവിതം സംയോജിപ്പിക്കപ്പെട്ടതായിരുന്നു ഈ അവസ്ഥയ്ക്കു നിദാനമായത് എന്ന് തീർഥ

ങ്കർ റോയ് കോളനിവാഴ്ചക്കാലത്തെ ഇന്ത്യൻ സമ്പദ്വ്യവസ്ഥയെ സംബന്ധിച്ച പഠനത്തിൽ വിശദീകരിച്ചിട്ടുണ്ട്. ബ്രിട്ടീഷ് മേൽക്കോയ്മ നാടുവാഴിത്ത പ്രമാണങ്ങളുടെ പ്രാമുഖ്യത്തിന് തിരിച്ചടിയേൽപ്പിച്ചു. കാണം ജന്മ മര്യാദയുടെ അടിസ്ഥാനത്തിൽ നിലനിന്ന നാടുവാഴിത്തം കോളനിവൽക്കരണ ശക്തികളുമായി ബാന്ധവത്തിലായി. പുതിയ ജന്മിമാർ അധികാരികൾ എന്ന നിലയ്ക്ക് കൂടുതൽ അവകാശങ്ങളോടെ ജനവിരുദ്ധ നിലപാടുകൾ നടപ്പിലാക്കി. ഇതിനെല്ലാം കോളനിപൊലീസിന്റെ സംരക്ഷണം നാടുവാഴിത്ത ശക്തികൾക്ക് ലഭ്യമായിത്തുടങ്ങി. ബ്രിട്ടീഷ് ഭരണം നാടുവാഴിത്തത്തിന് നിയമസാധുത നൽകിയതും, ജന്മിയെ അധികാര ശ്രേണിക്ക് മുകളിലേക്കെത്തിച്ചതും, പ്രകൃതിവിഭവങ്ങൾ മേധാവിത്വ ശക്തികളുടെ സ്വകാര്യസ്വത്തായതും, വൻതോതിലുള്ള വിദേശ മൂലധനാധിഷ്ഠിതമായ മുതലാളിത്ത പ്രവർത്തനങ്ങളും കേരളത്തിന്റെ പിന്നോക്കാവസ്ഥക്ക് കാരണമാക്കിയതായി ബി എ പ്രകാശ് കൊളോണിയൽ കാലത്തെ മലബാറിന്റെ കാർഷിക പിന്നോക്കാവസ്ഥയെ സംബന്ധിച്ച പഠനത്തിൽ ചൂണ്ടിക്കാണിച്ചിട്ടുണ്ട്.

ടിപ്പുസുൽത്താനിൽനിന്ന് നേടിയെടുത്ത മലബാറിലെ ഗ്രാമങ്ങളിൽ കമ്പനി ഏജന്റുമാരായ നാടുവാഴികൾ ഭരണം തുടങ്ങി. നാടുവാഴികളെ ഏജന്റുമാരായി നിയമിക്കുന്നതു സംബന്ധിച്ച് കേണൽ മൺറോ പറഞ്ഞ്, "We should have a body of headmen of villages intevested in spoorting our dominion" എന്നാണ് എന്ന് ബി എ പ്രകാശ് സൂചിപ്പിച്ചിട്ടുണ്ട്. കോളനിവാഴ്ച സുഗമമാക്കാൻ ഇന്ത്യൻ സമൂഹത്തിൽ നിന്നുതന്നെ സുഹൃത്തുക്കളെ കണ്ടെത്തുന്നതായിരുന്നു ഈ പരിപാടി. ഈ നൂതന സമ്പ്രദായത്തെ 'രണ്ടാം ബ്രിട്ടീഷ് സാമ്രാജ്യം' എന്നാണ് എഡ്മണ്ട് ബർക്ക്, ആദംസ്മിത്ത് എന്നിവർ വിശേഷിപ്പിച്ചിരിക്കുന്നത്. നാടുവാഴികൾ ഈ പദ്ധതിപ്രകാരം കർഷകരും ഭൂവുടമകളുമായി അംഗീകരിക്കപ്പെട്ടു. ഇതിനോടൊപ്പംതന്നെ പുത്തൻ ഭൂവുടമകളുടെ നിർമാണവും നടന്നിരുന്നു. ഇത് നാടുവാഴികളുടെ എണ്ണം പെരുപ്പിച്ചു. തിരുവിതാംകൂർ കൊച്ചി പ്രദേശങ്ങളിൽ സൈനിക സഹായ വ്യവസ്ഥ പ്രകാരം ബ്രിട്ടീഷ് ഭരണം സാമ്പത്തിക മേഖലയിൽ വൻകിട പരിഷ്കാരങ്ങൾ നടപ്പിലാക്കി. സ്വകാര്യസ്വത്തിന്റെ ആദ്യകാല രൂപമായ പുതുവൽപുത്തൻ ഭൂമികൾ അനുവദിച്ചുകൊണ്ട് ഇവിടങ്ങളിലെ നാടുവാഴിത്തത്തെ തകർക്കുവാനും മുതലാളിത്ത വ്യവസ്ഥയ്ക്ക് ആക്കം കൂട്ടുവാനും ശ്രമങ്ങളുണ്ടായി. പുതിയ സാമ്രാജ്യത്വ അന്തരീക്ഷത്തിൽനിന്ന് രക്ഷനേടുന്നതിനുള്ള പ്രതിരോധം സംഘടിപ്പിക്കുന്നതിന്റെ ഉത്തരവാദിത്വം പരമ്പരാഗത ബുദ്ധിജീവികൾ ഏറ്റെടുത്തതായി കെ എൻ പണിക്കർ വ്യക്തമാക്കിയിട്ടുണ്ട്. മാപ്പിളമാർ ഇത്തരത്തിലുള്ള മനോനിലയിലേക്ക് മാറിത്തുടങ്ങിയതായി 1802 ലെ ഗ്രഹാ (Greame) മിന്റെയും ജോൺ വെയി(John W Wye)യുടെയും റിപ്പോർട്ടുകൾ പരാമർശിക്കുന്നു. ഈ മാപ്പിളമാർ ബ്രിട്ടീഷ്

രേഖകൾ പ്രകാരം കൊള്ളക്കാരും അപരിഷ്കൃതരും കുറ്റവാളികളുമാണ്. അവർക്ക് നേതൃത്വംകൊടുത്ത ചെമ്പൻ ഗുരുക്കൾ, അത്തൻ ഗുരുക്കൾ എന്നിവരെ കമ്പനി ഗവൺമെന്റ് നാടുകടത്തുകയാണുണ്ടായത്. ജോൺ വെയി ഈ പ്രവണതകളെ നിരീക്ഷിച്ച് അഭിപ്രായപ്പെട്ടത് ഇപ്രകാരമാണ്.

> I must observe that through out the southern division of Malabar the Nomboodiries, Nayars and their (plural of tian) are the best and quietest subjects, I have never Found any difficulty in managing these poeple, they are obedient and pay the dues to Government without trouble while on the contrary the Mappilas are turbulent, pronte to robbery and the revenue always more difficult to recover where they prevail

ലോക മുതലാളിത്ത ക്രമത്തിലേക്കുള്ള കേരളത്തിന്റെ മാറ്റത്തെ ഏറെ സഹായിച്ചത് നാടുവാഴികളായിരുന്നു. ഇതിനെ എതിർത്തിരുന്നവർ കുറ്റവാളികളും അപരിഷ്കൃതരുമായി മുദ്രകുത്തപ്പെട്ടു. മാർത്താണ്ഡ വർമയും മറ്റ് നാടുവാഴികളും കമ്പനി മാതൃകയിൽ കച്ചവട കുത്തക നേടാൻ ശ്രമിക്കുകയും യൂറോപ്യൻ മാതൃകയിൽ ആഡംബര ജീവിതത്തിലേക്ക് വഴുതിവീഴുകയും ചെയ്തു. കച്ചവട വസ്തുക്കളിൽ ചുങ്കം ഏർപ്പെടുത്തുക, ഭൂനികുതി ചുമത്തുക, ഉപ്പ് അടക്കമുള്ള ദൈനംദിന ജീവിതത്തിലെ മിക്ക വസ്തുക്കളും നികുതിക്കു കീഴിൽ കൊണ്ടുവരിക തുടങ്ങിയവ ഇക്കാലത്തെ പരിഷ്കാരങ്ങളായിരുന്നു ചന്തകളും കാടും നദിയും കായലും നികുതിഘടനയ്ക്കു കീഴിലാക്കി. വിദേശ കമ്പനികൾ വലിയ മൂലധനം നിക്ഷേപിച്ച് കേരളത്തിന്റെ വനമേഖലകളിൽ തോട്ടങ്ങൾ സ്ഥാപിക്കുവാൻ തുടങ്ങി. നാടുവാഴികളുടെ സഹായത്തോടെ 1864 ആയപ്പോൾ മൂലധന ശക്തികൾക്ക് കേരള ഭൂതലത്തിൽ 15,178 ഏക്കർ ഭൂമിയിൽ തോട്ടങ്ങൾ സ്ഥാപിക്കുവാൻ കഴിഞ്ഞു. മലബാറിൽ 1772 മുതൽക്കു തന്നെ തോട്ടങ്ങൾ സ്ഥാപിക്കപ്പെട്ടുതുടങ്ങിയിരുന്നതായി കാണാം. മാർഡോക്ക് ബ്രൗണിന്റെ അഞ്ചരക്കണ്ടിയിലെ തോട്ടം ആരംഭിച്ചത് പതിനെട്ടാം നൂറ്റാണ്ടിലാണ്. തോട്ടം മുതലാളിമാർ അവരുടെ അവകാശങ്ങളും ലാഭവും സുരക്ഷിതമാക്കുന്നതിനും വർധിപ്പിക്കുന്നതിനും ഇക്കാലത്തുതന്നെ സംഘടിച്ചുതുടങ്ങി. ആസിൻവാൾ, പിയേർസ് ലെസ്ലി, വോൾക്കാർഡ് ബ്രദേഴ്സ്, ഇമ്പീരിയൽ ബാങ്ക് ഓഫ് ഇന്ത്യ, ബോംബെ കമ്പനി, പാരി ആന്റ് കമ്പനി, ഹാരിസൺ ആന്റ് ക്രോസ്ഫീൽഡ്, ഡെറാസ് മെയിൽ, ബർമ ഷെൽ, സതേൺ ഇന്ത്യ പ്ലാന്റേഴ്സ് ഏജൻസി എന്നീ കമ്പനികൾ പത്തൊമ്പതാം നൂറ്റാണ്ടിൽ ശക്തമായ ഇടപെടലാണ് കേരളത്തിൽ നടത്തിയത്. ഈ കമ്പനികൾ ഒന്നിച്ചുചേർന്നാണ് 1857 ൽ കൊച്ചിൻ ചേംബർ ഓഫ് കൊമേഴ്സ് രൂപീകരിച്ചത്. ഇന്ത്യൻ സമൂഹം ഒരു കാർഷിക-സൈനിക കലാപത്തിലൂടെ ബ്രിട്ടീഷ് ഭരണത്തെ ഭീഷ

ണിപ്പെടുത്തിയ വർഷത്തിലാണ് ഈ ചേംബർ ഓഫ് കൊമേഴ്സ് നിലവിൽവന്നത് എന്നതു ശ്രദ്ധേയമാണ് എന്ന് എൻ സി ശേഖർ ഇതു സംബന്ധിച്ച ഒരു ലേഖനത്തിൽ രേഖപ്പെടുത്തിയിട്ടുണ്ട്. ഈ കച്ചവട ശക്തികളെ സഹായിക്കുന്ന നിലപാടാണ് കൊച്ചി-തിരുവിതാംകൂർ ഭരണാധികാരികൾ കൈക്കൊണ്ടത്. വനാന്തരങ്ങളിലേക്ക് റോഡുകൾ നിർമിക്കുക, തുറമുഖങ്ങളുണ്ടാക്കുക, കലാപങ്ങളെ അടിച്ചമർത്തുക, പൊലീസ് സേന പരിഷ്കരിച്ച് ജനവിരുദ്ധമാക്കുക, കമ്പനി ഉൽപ്പന്നങ്ങൾ പ്രചരിപ്പിക്കുന്നതിനുവേണ്ട സഹായം ചെയ്യുക, നികുതി ഇളവുകൾ നൽകുക തുടങ്ങിയ നടപടികളിലൂടെ ഖജനാവിന്റെ വൻസമ്പത്താണ് ഇവർ കോളനി വ്യവസ്ഥക്കായി ചെലവഴിച്ചത്.

ഈ മാറ്റങ്ങൾക്കു സമാന്തരമായാണ് കൊളോണിയൽ ആധുനികതയുടെ പ്രവർത്തനം കേരളത്തിലെത്തുന്നത്. പരമ്പരാഗത ശീലുകളിൽ നിന്ന് വ്യത്യസ്തമായ രീതിയിൽ നഗരവൽക്കരണത്തിലൂടെയും യന്ത്രങ്ങളിലൂടെയും അച്ചടിയിലൂടെയും കേരളസമൂഹത്തിൽ മാറ്റങ്ങളുണ്ടാക്കി. മലബാറിൽ ബാസൽ മിഷൻകാർ തുടങ്ങിയ ഓടു-നെയ്ത്ത് വ്യവസായ ശാലകൾ ജാതി ജന്മിത്തവ്യവസ്ഥയിലെ തൊഴിൽ ഉപഭോഗ സംസ്കാരത്തെ മാറ്റിമറിക്കുവാൻ തുടങ്ങി. വ്യവസായിക ഉൽപ്പന്നങ്ങൾ ജന്മിഗൃഹങ്ങളിലും ആരാധനാലയങ്ങളിലും പൊതു ഇടങ്ങളിലെ കെട്ടിടങ്ങളിലും സ്ഥാനംപിടിച്ചു. ഈ ആധുനികതയുടെ ഗുണങ്ങൾ സാധാരണക്കാരിലെത്തുന്നത് തടയുവാൻ നാടുവാഴിത്തം പ്രതിബന്ധങ്ങളുണ്ടാക്കിയെങ്കിലും നഗരങ്ങളിലും പട്ടണങ്ങളിലും ഈ വിലക്കുകൾ തല്ലിത്തകർക്കപ്പെട്ടു. മുതലാളിത്ത വ്യവസ്ഥയ്ക്കനുകൂലമായ സാഹചര്യം നഗരങ്ങളിൽ പ്രത്യക്ഷപ്പെടാൻ തുടങ്ങി. പരമ്പരാഗത സംസ്കാരവും ജീവിതോപാധികളും കൈമോശം വന്നു തുടങ്ങിയത് കേരളത്തിലെ കാർഷിക-ഗ്രാമസമൂഹത്തെ വേദനിപ്പിക്കുവാൻ തുടങ്ങി. മിഷണറി സംഘക്കാരുടെ തൊഴിൽ പരിശീലന കേന്ദ്രങ്ങൾ, അനാഥാലയങ്ങൾ ആശുപത്രികൾ, വിദ്യാലയങ്ങൾ തുടങ്ങിയവ ഉണ്ടാക്കിയ ഗുണപരമായ മാറ്റങ്ങൾ പരമ്പരാഗത സാമൂഹ്യ ജീവിതത്തിൽ വൈരുധ്യങ്ങൾ സൃഷ്ടിക്കുകയും പരമ്പരാഗത സമൂഹം സ്വയം മാറാൻ തുടങ്ങുകയും ചെയ്തു. അധഃകൃത വിഭാഗങ്ങൾക്കിടയിലുണ്ടായ വിദ്യാഭ്യാസ മുന്നേറ്റം അവരുടെ അവകാശപോരാട്ടങ്ങൾക്ക് പ്രേരണ നൽകുന്നതായിരുന്നു. യൂറോപ്യൻ മാതൃകയിലാരംഭിച്ച വിദ്യാലയങ്ങൾ ഒരു മധ്യവർഗത്തെ ക്രമേണ വാർത്തെടുക്കുവാൻ കാരണമാക്കുകയും ചെയ്തു. ഈ ആധുനിക വിദ്യാഭ്യാസത്തെ സംശയത്തോടെ വീക്ഷിച്ച മാപ്പിളമാർ മതകേന്ദ്രീകൃതമായ വിദ്യാഭ്യാസപ്രവർത്തനങ്ങളിലേക്ക് ശ്രദ്ധ തിരിക്കുകയുണ്ടായി. കൊളോണിയൽ സംസ്കാരത്തിനെതിരെയുള്ള പ്രതിഷേധം കൂടിയായിരുന്നു ഈ പ്രതികരണം.

പത്തൊമ്പതാം നൂറ്റാണ്ടിന്റെ ഒന്നാം പകുതിയിലാണ് മലയാളി സമൂ

ഹത്തിന്റെ ദൈനംദിന ജീവിതത്തിൽ വിവിധ സമ്മർദ്ദ ശക്തികൾ ഇട പെട്ടു തുടങ്ങിയത്. മതപ്രചാരകരായ ബൈബിൾ വനിതകളും പുരോഹിതരും അധ്യാപകർ, പ്രഭാഷകർ എന്നീ രീതികളിൽ കുടിലുകളിലും ഗ്രാമങ്ങളിലും നിരന്തരം സന്ദർശനം നടത്തിയ കാലമാണിത്. ലഘുലേഖകൾ, പുസ്തകങ്ങൾ, പ്രഭാഷണങ്ങൾ, വിദ്യാലയങ്ങൾ എന്നിവ വഴിയായിരുന്നു ഈ ഇടപെടൽ. സാധാരണക്കാരുടെ ജീവിതവീക്ഷണത്തിൽ വന്നുതുടങ്ങിയ മാറ്റങ്ങൾ അവരെ സംഘടിതമായ മുന്നേറ്റങ്ങളിൽ അണിചേരുവാൻ നിർബന്ധിതരാക്കി. ഈ പശ്ചാത്തലത്തിൽ നിന്നുകൊണ്ടാണ് നാം വിലയിരുത്തേണ്ടത്. നാടുവാഴിത്തത്തിനും സാമ്രാജ്യത്വ ശക്തികൾക്കുമെതിരെ ആശയസമ്പന്നമായ പ്രതിരോധം മാത്രം സാധ്യമായ ഘട്ടത്തിലാണ് ഫസൽ പൂക്കോയ തങ്ങളെപ്പോലുള്ള ബുദ്ധിജീവികൾ സാമൂഹ്യ ഉത്തരവാദിത്വം ഏറ്റെടുത്ത് ജനങ്ങളിലേക്കിറങ്ങി പ്രവർത്തിക്കുവാൻ തുടങ്ങിയത്.

ജനകീയ പ്രക്ഷോഭങ്ങൾ

സ്ത്രീകളാൽ നയിക്കപ്പെട്ടതും ജാതിവിരുദ്ധവുമായ സവിശേഷമായ ഒരു സമരം പത്തൊമ്പതാം നൂറ്റാണ്ടിന്റെ തുടക്കത്തിൽ നടന്നു. മേൽവസ്ത്രം ധരിക്കുവാനും മുട്ടിനു താഴെ മുണ്ട് ഇറക്കി ഉടുക്കുവാനും അവകാശം വേണമെന്നാവശ്യപ്പെട്ട് നടന്ന സ്ത്രീമുന്നേറ്റമാണിത്. ജാതി വ്യവസ്ഥ പ്രകാരം പൊതു ഇടങ്ങളിൽ ഉന്നതജാതിക്കാരുടെ സാന്നിധ്യമുള്ളിടത്ത് മേൽവസ്ത്രം ധരിക്കുവാൻ കീഴ്ജാതിക്കാർക്ക് അവകാശമുണ്ടായിരുന്നില്ല. തിരുവിതാംകൂർ കേന്ദ്രീകരിച്ചാണ് ഈ സമരം നടന്നതെങ്കിലും മലബാറിൽ മൈസൂർ അധിനിവേശകാലത്ത് ഭരണകർത്താക്കൾ തന്നെ വസ്ത്ര പരിഷ്കരണം നടപ്പിലാക്കിയിരുന്നു. മലബാറിനെ സംബന്ധിച്ച രേഖകളിൽ 'ചേലക്കെടുതി' എന്നാണ് മൈസൂർ അധിനിവേശത്തെ സവർണവിഭാഗങ്ങൾ അടയാളപ്പെടുത്തിയിരിക്കുന്നത്. തിരുവിതാംകൂറിൽ ചാന്നാർ ലഹള എന്നറിയപ്പെട്ട ഈ സമരം മേൽശീലക്കലാപം, മാറുമറയ്ക്കൽ സമരം എന്നീ പേരുകളിൽ കൂടി അറിയപ്പെട്ടു. താഴ്ന്ന ജാതിക്കാരിൽ നിർബന്ധിതമാക്കിയിരുന്ന വസ്ത്രധാരണ രീതി അടിമത്തത്തിന്റെയും അവരുടെ ശരീരം മേലാളരുടെ ഉപഭോഗ വസ്തുവാണെന്ന് സൂചിപ്പിക്കുന്നതുമായിരുന്നു. കൊളോണിയൽ സംസ്കാരത്തിന്റെയും ക്രിസ്ത്യൻ പാതിരിമാരുടെയും ഇടപെടലുകൾ വഴി ജാതി -ജന്മിത്ത വ്യവസ്ഥയിലെ അടിമത്ത ചിഹ്നങ്ങൾ മാറാൻ തുടങ്ങി. സ്ത്രീസാന്നിധ്യം കൂടുതലുണ്ടായിരുന്ന തിരുവിതാംകൂറിലെ ചന്തകളിൽ ക്രിസ്തുമതത്തിലേക്ക് പരിവർത്തനം നടത്തിയ സ്ത്രീകളാണ് വിലക്കുകൾ അതിജീവിച്ച് മേൽവസ്ത്രം അണിഞ്ഞു തുടങ്ങിയത്. സവർണരും നാടുവാഴികളും ഇതിനെ ധിക്കാരമായി കാണുകയും അവരുടെ സമ്മർദ്ദ ഫലമായി 1829 ൽ തിരുവിതാംകൂർ സർക്കാർ ചാന്നാർ സ്ത്രീകൾ

മേൽവസ്ത്രം ധരിക്കുന്നത് വിലക്കുകയും ചെയ്തു. എന്നാൽ വസ്ത്ര കലാപങ്ങൾ തുടരുകയും, ഇവ ക്രമേണ തിരുവിതാംകൂറിന്റെ വടക്കൻ മേഖലകളിലേക്ക് വ്യാപിക്കുകയും ചെയ്തു. കാലക്രമേണ ക്രിസ്തു മത വിശ്വാസികളല്ലാത്തവരും ഈ ദുരാചാരത്തെ എതിർക്കുവാൻ തുടങ്ങുകയും സ്ത്രീകൾ മേൽവസ്ത്രം ധരിക്കുവാനുള്ള അവകാശം നേടിയെടുക്കുകയും ചെയ്തു. ഇതേതരത്തിൽ ലോകത്തിലുള്ള ആഭരണങ്ങൾ ധരിക്കുവാൻ അവർണ സമുദായത്തിലെ വനിതകൾക്ക് അവകാശമുണ്ടായിരുന്നില്ല. പിൽക്കാലത്ത് നടന്ന മുക്കുത്തി ലഹളയും കല്ലുമാലസമരവും ലോഹാഭരണങ്ങൾ ധരിക്കുന്നതിനുള്ള അവകാശം നേടിയെടുക്കുവാനുള്ള പോരാട്ടങ്ങളായിരുന്നു.

വടക്കൻ തിരുവിതാംകൂറിൽ, ജനങ്ങളെ സംഘടിപ്പിച്ച് അവകാശപ്പോരാട്ടങ്ങളിൽ അണിനിരത്തിയ പ്രമുഖ നേതാവായിരുന്നു ആറാട്ടുപുഴ വേലായുധപ്പണിക്കർ. 1827 ൽ ജനിച്ച പണിക്കർ ഫസൽ പൂക്കോയ തങ്ങളുടെ സമകാലീനനായിരുന്നു. ജന്മിത്തത്തെ വെല്ലുവിളിച്ച് 1854 ൽ മംഗലത്ത് ഒരു ശിവപ്രതിഷ്ഠ നടത്തിയ ധീരനായിരുന്നു വേലായുധപ്പണിക്കർ എന്ന് അഭിപ്രായമുണ്ട്. ഈ പ്രവർത്തനരംഗത്ത് ശ്രീനാരായണ ഗുരുവിന്റെ മുൻഗാമിയായിരുന്നു ആലംമൂട്ടിൽ ചാന്നാർ എന്ന ഈഴവ കുടുംബവുമായി സൗഹൃദം സ്ഥാപിച്ചിരുന്ന വേലായുധപ്പണിക്കരുടേത്. കഥകളിയോഗമുണ്ടാക്കി ഈഴവരെ കഥകളി പഠിപ്പിക്കുക, മാറുമറക്കാൻ അവകാശം നേടിയെടുക്കുവാനായി കാർത്തികപ്പള്ളി പ്രദേശത്തെ സ്ത്രീകളെ സമരരംഗത്തിറക്കുക, ലോഹാഭരണങ്ങൾ ധരിക്കുവാൻ പരസ്യമായ വെല്ലുവിളികൾ ഉയർത്തുക തുടങ്ങി ഏറെ പ്രകമ്പനം സൃഷ്ടിച്ച ധീരസമരം നയിച്ച നേതാവായിരുന്നു ആറാട്ടുപുഴ വേലായുധപ്പണിക്കർ. സാമ്പത്തികമായി ഉയർന്ന ഈഴവ കുടുംബത്തിൽപ്പെട്ട വേലായുധപ്പണിക്കർ, ജാതിവിവേചനം അവസാനിപ്പിക്കുന്നതിന് തന്റെ സമ്പാദ്യം ഉപയോഗിക്കുകയുണ്ടായി. പിൽക്കാലത്തുണ്ടായ ശ്രീനാരായണഗുരുവിന്റെ പരിഷ്കാര മുന്നേറ്റങ്ങൾക്ക് അടിത്തറയിട്ടത് ആറാട്ടുപുഴ വേലായുധപ്പണിക്കരുടെ സമരാവേശമാണ്.

ബ്രിട്ടീഷ് മേധാവിത്വം വനാന്തരങ്ങളിലേക്ക് തോട്ടവ്യവസായങ്ങളുടെയും സ്വർണഖനികളുടെയും രൂപത്തിൽ പ്രവേശിച്ചു തുടങ്ങിയപ്പോൾ ശക്തമായ പ്രതിഷേധങ്ങളുണ്ടായി. പഴശ്ശിരാജാവിനെ വിജയിപ്പിക്കുവാൻ കഴിയാതെ പോയ ആദിവാസി ഗോത്രവിഭാഗക്കാരാണ് ഈ പ്രതിരോധം ഉയർത്തിക്കൊണ്ടുവന്നത്. വയനാട്ടിലെ കുറിച്യരും കുറുമ്പരും പത്തൊൻപതാം നൂറ്റാണ്ടിൽ കോളനി ശക്തികളുമായി ഏറ്റുമുട്ടി. നാടുവാഴിത്തത്തിനു കീഴിൽ അനുഭവിച്ചിരുന്ന സ്വാതന്ത്ര്യംപോലും ഇല്ലാതായിക്കൊണ്ടിരുന്ന സമയത്താണ് ഗോത്രവർഗക്കാർ വട്ടത്തൊപ്പിക്കാർ എന്നു വിളിച്ചിരുന്നു യൂറോപ്യൻമാരെ എതിരിടുന്നത്. കോളനിവൽക്കരണം നടപ്പിലാക്കിയ പണാധിഷ്ഠിത സമ്പദ് വ്യവസ്ഥ ഗോത്രവർഗ

ക്കാർക്ക് ഉൾക്കൊള്ളാൻ കഴിഞ്ഞിരുന്നില്ല. ഗോത്രത്തലവൻമാരും വെളിച്ചപ്പാടുകളായ വഴികാട്ടികളും കോളനി മേധാവിത്വം അപകടമാണെന്ന മുന്നറിയിപ്പ് അണികൾക്കു നൽകി. പഴശ്ശികലാപകാലത്ത് വയനാടൻകാടുകളിലെ മുളങ്കാടുകൾ പൂത്തുലഞ്ഞത് അപായ സൂചനയായി ഇവർ വെളിപ്പെടുത്തി. ഇതിനു കാരണക്കാർ ബ്രിട്ടീഷ് മേൽക്കോയ്മക്കാരാണെന്ന് വിശദീകരിക്കപ്പെട്ടു. പ്ലാക്കചന്തു, ആയിരവീട്ടിൽ കൊണ്ടപ്പൻ, യാമു, വെങ്കലൻ കേളു എന്നിവരാണ് കുറിച-കുറുമ്പ കലാപങ്ങൾ നയിച്ചത്.

തിരുവിതാംകൂറിൽ ബ്രിട്ടീഷ് മേധാവിത്വം സ്ഥാപിതമായതോടെ നടപ്പിലാക്കപ്പെട്ട സൈനികപരിഷ്കാരങ്ങൾ നായർപട്ടാളക്കാരുടെ പിരിച്ചുവിടലിനു കാരണമായി. 1798 മേയ്മാസത്തിൽ തിരുവിതാംകൂർ പട്ടാളക്കാർ ബ്രിട്ടീഷ് മേധാവിത്വത്തിനെതിരെ കലാപക്കൊടി ഉയർത്തി. അഞ്ചുതെങ്ങിൽനിന്നാണ് ഈ അസ്വസ്ഥത പൊട്ടിപ്പുറപ്പെട്ടത്. പട്ടാളക്കാരെ പിരിച്ചുവിട്ടും സേനയെ പരിഷ്കരിച്ചും ഈസ്റ്റ് ഇന്ത്യാ കമ്പനിയുടെ പ്രീതി പിടിച്ചുപറ്റാൻ ശ്രമിച്ച വേലുത്തമ്പി ദളവയുടെ നയങ്ങളാണ് ഈ കലാപങ്ങളുണ്ടാക്കിയതെന്ന് ഇതു സംബന്ധിച്ച പഠനം നടത്തിയ ജി കൃഷ്ണൻ നാടാർ അഭിപ്രായപ്പെട്ടിട്ടുണ്ട്. 1805 ലുണ്ടായ കരാർ പ്രകാരം തിരുവിതാംകൂർ സേനയുടെ അംഗബലം ഗണ്യമായി കുറച്ചുകൊണ്ട് ഈസ്റ്റ് ഇന്ത്യാ പട്ടാളത്തെ തിരുവിതാംകൂറിൽ അടിച്ചേൽപ്പിക്കുവാൻ തീരുമാനിച്ചു. തടസങ്ങളില്ലാതെ കേരളത്തിലെ സമ്പത്ത് കൈക്കലാക്കുന്നതിൽ ഈസ്റ്റ് ഇന്ത്യാ കമ്പനി അഭിമുഖീകരിച്ച പ്രധാന തടസമായിരുന്നു തിരുവിതാംകൂർ പട്ടാളം. 1809 ൽ തിരുവിതാംകൂറിലെ കർണാടിക് ബ്രിഗേഡ് കൂടി പിരിച്ചുവിട്ടതോടെ കലാപങ്ങൾ കൊല്ലത്തേക്കും വ്യാപിക്കുകയുണ്ടായി. ഈ പ്രതിഷേധങ്ങളെല്ലാം അടിച്ചമർത്തിക്കൊണ്ട് ബ്രിട്ടീഷ് സാമ്രാജ്യത്വം കേരളത്തിൽ മേൽക്കോയ്മ സ്ഥാപിച്ചു.

മലബാറിൽ മൈസൂറിയൻ ഭരണക്രമം കൈക്കലാക്കിയ ബ്രിട്ടീഷുകാർ ജന്മിമാരുടെ സഹായത്തോടെ സാമ്പത്തിക ചൂഷണം തുടങ്ങിയതോടെ മാപ്പിള കർഷകരും കച്ചവടക്കാരും ശക്തമായ പ്രതിരോധ മുന്നേറ്റം അഴിച്ചുവിട്ടു. ആ നേതാക്കൾ ജന്മിത്തത്തെ ചോദ്യം ചെയ്യുന്നതിനുള്ള ആത്മധൈര്യം മാപ്പിള കർഷകർക്ക് പകർന്നു നൽകി. നാടുവാഴികളെ 'അങ്ങുന്ന്' 'തമ്പുരാൻ' എന്നിങ്ങനെ അഭിസംബോധന ചെയ്യരുതെന്നും ജാതി-ജന്മിത്ത സമ്പ്രദായത്തിലെ അടിമത്തത്തെ ധ്വനിപ്പിക്കുന്ന ആചാരങ്ങൾ ലംഘിക്കണമെന്നും ഇവർ ആഹ്വാനം ചെയ്തു. ജന്മിയുടെ ഭൂമി പാട്ടത്തിനെടുക്കുന്ന കർഷകർ അന്യായമായി നൽകേണ്ടിയിരുന്ന നിരവധി നികുതികൾ കാർഷിക വൃത്തിയിലേർപ്പെട്ടവരുടെ ജീവിതം വഴിമുട്ടിച്ചിരുന്നു. ഇതേ അവസ്ഥയായിരുന്നു തിരുവിതാംകൂറിലുമുണ്ടായിരുന്നത്. തിരുവിതാംകൂർ കൊട്ടാരം മാനുവൽ പ്രകാരം ഒരു കാണക്കാരൻ നൽകേണ്ട നികുതികൾ അടുക്കുവാത്, ഒപ്പുടുശ്ശി, ഓലപ്പണം, ഇളന്തലപ്പണം, അടുക്കളക്കാണം, പറക്കാണം, ചരിപ്പറക്കാണം, അളക്കട,

ഓണക്കാഴ്ച എന്നിവയായിരുന്നു. മലബാറിൽ ഇതിനേക്കാൾ എണ്ണം നികുതികളാണ് ഉണ്ടായിരുന്നത്. ഇത്തരം ആചാര നികുതികൾ നൽകേണ്ടതില്ലെന്ന് മാപ്പിള കർഷകർ തീരുമാനിച്ചത് പരമ്പരാഗത ബുദ്ധിജീവികളായ ആത്മീയ ആചാര്യന്മാരുടെ പ്രവർത്തനഫലമായാണ്. ജന്മിമാരെ അതിരുകവിഞ്ഞ് ബഹുമാനിക്കേണ്ടതില്ലെന്നും അവകാശങ്ങൾ ചോദിച്ചു വാങ്ങേണ്ടതാണെന്നും നേതാക്കൾ അനുയായികളെ ബോധ്യപ്പെടുത്തി.

ഈ സാമൂഹികാവസ്ഥ കേരളത്തിലാകമാനം നിലനിൽക്കുന്ന പത്തൊമ്പതാം നൂറ്റാണ്ടിന്റെ ഒന്നാം പകുതിയിൽ മലബാറിലെ മാപ്പിള കർഷകരെയും ദരിദ്ര ജനവിഭാഗങ്ങളെയും പുത്തൻ സമരമാർഗങ്ങൾ പഠിപ്പിച്ചുകൊണ്ടാണ് സയ്യിദ് ഫസൽ പൂക്കോയ തങ്ങൾ അധിനിവേശ-ജന്മിത്ത വിരുദ്ധ പോരാട്ടം ആരംഭിക്കുന്നത്. കോളനിവാഴ്ചയുടെ യഥാർഥ അപകടാവസ്ഥയും അതിന്റെ ആഗോളമാനവും മനസിലാക്കി ഉയർന്നുവരേണ്ട സമരാവേശം അസംഘടിതമായ ഒരു സമൂഹത്തിലേക്ക് തുറന്നുവിട്ട പ്രമുഖർമാരിൽ മുഖ്യനാണ് ഫസൽ പൂക്കോയ തങ്ങൾ.

ഗ്രന്ഥസൂചിക

1. ഇ എം എസ് നമ്പൂതിരിപ്പാട് *കേരളം മലയാളികളുടെ മാതൃഭൂമി*, തിരുവനന്തപുരം, ചിന്ത പബ്ലിഷേഴ്സ് 2009 (1948)
2. ഇ എം എസ് നമ്പൂതിരിപ്പാട്, *കേരള ചരിത്രം മാർക്സിസ്റ്റ് വീക്ഷണത്തിൽ*, തിരുവനന്തപുരം, ചിന്ത, 2008 (1990)
3. കെ ടി ഹുസൈൻ, *കേരള മുസ്ലീമുകൾ*, കോഴിക്കോട് 2008.
4. കെ എം ബഹാവുദ്ദീൻ, *കേരള മുസ്ലീമുകൾ: പോരാട്ടത്തിന്റെ ചരിത്രം*, കോഴിക്കോട്, 1995 (1981)
5. പി കെ മുഹമ്മദ് കുഞ്ഞി, *മുസ്ലീമിങ്ങളും കേരള സംസ്കാരവും*, തൃശൂർ: കേരള സാഹിത്യ അക്കാദമി, 1982
6. എം ഗംഗാധരൻ, *മാപ്പിള പഠനങ്ങൾ*, കോഴിക്കോട്, 2004.
7. ചിറയിൻകീഴ് പി ഗോവിന്ദപ്പിള്ള, *തിരുവിതാംകൂർ രാജാക്കൻമാരും പ്രജകളും* ഭാഷാപോഷിണി. പു. 11, വാല്യം 7-8, 1082.
8. ടി മാണിക്കവാചകം ചെട്ടിയാർ, *പണിയും നൂലും* വിവർത്തകൻ പി ജി കമ്മത്ത്, തുറവൂർ, 1963.
9. എം പി ഉദയഭാനു, *എന്റെ കഥയില്ലായ്മകൾ*, കോട്ടയം, 1991.
10. എൻ സി ശേഖർ, *കേരളത്തിലെ വിദേശ മൂലധനം*, ദേശാഭിമാനി വാർഷികപ്പതിപ്പ്, 1953.
11. ഡോ. സി കെ കരീം, *കേരള മുസ്ലീം ചരിത്രം: സ്ഥിതി വിവരക്കണക്ക് ഡയറക്ടറി*, വാല്യം 1, കൊച്ചി 1997.
12. കെ എം പണിക്കർ *ടിപ്പുവിന്റെ ചില എഴുത്തുകൾ*, ഭാഷാപോഷിണി, വാല്യം 18, ലക്കം 1, 1099.
13. F Fawcett, *War songs of the Mappilas of Malabar The In-*

dian Autiquary vol. XXX, Nov. 1901

14. G A Oddie, *Religion in South Asia,* Delhi, 1977.
15. T H Beaglehole, *Thomas Munroe: The Development of Administrative polices in Malabar*, London 1966.
16. K Rajayyan *South Indian Rebellion*: *The First War of Independence* 1800-1801, 1971
17. S B Chaudhuri, *Civil Rebellion in the Indian Mutinies*, 1857-1859, Culcutta 1957.
18. K N Panikkar, *Against Lord and State: Religion and Peasant uprisings in Malabar*, 1836-1921, OVP 1989.

അനുബന്ധം: 1

1921 ന്റെ ആഹ്വാനവും താക്കീതും

ഇ എം എസ് നമ്പൂതിരിപ്പാട്

ആയിരത്തി തൊള്ളായിരത്തി ഇരുപത് ആഗസ്റ്റ് 20 നാണ് 'മാപ്പിള ലഹള'യെന്ന പേരിലറിയപ്പെടുന്നതും അതിനുമുമ്പോ പിമ്പോ കേരളത്തിൻെറ ചരിത്രത്തിലുണ്ടായിട്ടില്ലാത്തത്ര വമ്പിച്ചതുമായ സാമ്രാജ്യവിരോധസമരം തിരൂരങ്ങാടിയിലും പരിസരപ്രദേശങ്ങളിലും വച്ചു തുടങ്ങിയത്.

നിരക്ഷരരും നിരായുധരുമായ സാധുകൃഷിക്കാർക്കുപോലും വമ്പിച്ച സന്നാഹങ്ങളോടുകൂടിയ സാമ്രാജ്യാധിപത്യത്തെ ആയുധമെടുത്തെതിർക്കാൻ കഴിയുമെന്നു കാണിച്ച ആ ധീരസമരത്തിന്റെ പാവനസ്മരണയെ ഒന്നുകൂടി പുതുക്കാൻ കമ്യൂണിസ്റ്റ് പാർട്ടി ഈ അവസരം ഉപയോഗിക്കുന്നു.

കോൺഗ്രസിന്റെയും ഖിലാഫത്ത്കമ്മിറ്റിയുടെയും സമരസന്ദേശം കേട്ട് 'ചെകുത്താൻഭരണ'ത്തെ എതിർക്കാൻ മുന്നോട്ടുവന്ന പതിനായിരക്കണക്കിലുള്ള ധീരരായ മാപ്പിളമാരുടെ അന്നത്തെ ശൗര്യത്തെയും പാർട്ടി അകംനിറഞ്ഞ അഭിമാനത്തോടുകൂടി അനുസ്മരിക്കുന്നു.

വെള്ളപ്പട്ടാളത്തിന്റെയും ഗൂർഖാപട്ടാളത്തിന്റെയും തോക്കിന് മാറു കാണിച്ചവരും ആ പട്ടാളങ്ങളുടെ പൈശാചിക നടപടികൾക്കെതിരായി മൂന്നുനാലു മാസക്കാലത്തോളം പോരാടിയവരും, 'പൂക്കോട്ടൂർ യുദ്ധ'മെന്ന പേരിലറിയപ്പെടുന്ന ഒരു സമരത്തിൽ ബ്രിട്ടീഷ് പട്ടാളവുമായി ആയുധമേന്തി സംഘടിതസമരംതന്നെ നടത്തിയവരുമായ മാപ്പിള കൃഷിക്കാരെ പാർട്ടി അഭിവാദ്യം ചെയ്യുന്നു.

സാമ്രാജ്യാധിപത്യത്തിനെതിരായി പടവെട്ടാനൊരുങ്ങുന്നവർക്കെല്ലാം മാതൃകയെന്നോണം മാപ്പിളമാരെ തൂക്കിക്കൊല്ലുകയും ആയിരമായിരം പേരെ ആന്തമാനിലും ജയിലുകളിലുമിട്ട് നരകിപ്പി

ക്കുകയും എണ്ണമറ്റ മാപ്പിളകുടുംബങ്ങളെ അനാഥമാക്കുകയും ഹിറ്റ്ലർ ഫാസിസത്തിന്റെ മൃഗീയതയോടുമാത്രം ഉപമിക്കാവുന്ന 'വാഗൺട്രാജഡി' ഏർപ്പാടുചെയ്യുകയും ചെയ്തു. പ്രകൃതിസുന്ദരമായ മാപ്പിളനാടിനെ മരുഭൂമിയാക്കിമാറ്റിയ സാമ്രാജ്യാധിപത്യത്തിന്റെ മർദകഭരണത്തെ അറ്റമില്ലാത്ത വെറുപ്പോടും ദേഷ്യത്തോടും പകയോടും കൂടി കമ്യൂണിസ്റ്റ് പാർട്ടി വീക്ഷിക്കുന്നു.

ഇത്ര ധീരമായ സമരം നടത്തിയവരും ഇത്ര പൈശാചികമായ മർദനമനുഭവിച്ചവരുമായ മാപ്പിളമാരെ 'ഹിംസ'യുടെയും 'മതഭ്രാന്തി'ന്റെയും പേരു പറഞ്ഞാക്ഷേപിക്കുകയും സാമ്രാജ്യമർദനത്തെ എതിർക്കുകയെന്ന കടമയിൽനിന്നൊഴിഞ്ഞുമാറാൻ 'അഹിംസ'യെ ഒരൊഴിവുകഴിവായെടുക്കുകയും ചെയ്ത കോൺഗ്രസ് നേതൃത്വത്തിൻെറ ഭീരുത്വപൂർവമായ നയത്തെ പാർട്ടി അവജ്ഞയോടുകൂടി അനുസ്മരിക്കുന്നു.

ഇത്ര മൃഗീയമായ സാമ്രാജ്യമർദനമനുഭവിക്കുന്ന സ്വസമുദായത്തെ അതിൽനിന്നു രക്ഷിക്കാൻ ഒരു ചെറുവിരൽപോലും ഇളക്കാതെ, സാധുമാപ്പിളമാരെ പൊലീസിനും പട്ടാളത്തിനും പിടിച്ചുകൊടുത്ത് പണവും പദവിയും നേടിയ മാപ്പിളസമുദായപ്രമാണികളുടെ രാജ്യദ്രോഹപരവും സമുദായദ്രോഹപരവുമായ പ്രവൃത്തിയെ പാർട്ടി അറപ്പോടുകൂടി ഓർക്കുന്നു.

കോൺഗ്രസ് നേതൃത്വത്തിന്റെ ഭീരുത്വത്തെയും മുസ്ലിംപ്രമാണിമാരുടെ രാജ്യദ്രോഹത്തെയും എതിർത്തുകൊണ്ടും മാപ്പിളമാരുടെ വീരചരിത്രത്തിലഭിമാനം പൂണ്ടുകൊണ്ടും 1921 ന്റെ സമരപാരമ്പര്യം കാണിച്ചവരെ നിലനിർത്തിക്കൊണ്ടും പ്രവർത്തിച്ച പരേതനായ മുഹമ്മദ് അബ്ദുറഹിമാൻ സാഹേബിന്റെ ആവേശകരമായ ജീവിതത്തെക്കൂടി ഓർക്കുന്നു. 1921 മാപ്പിളമാരുടെ സ്വകാര്യസ്വത്തല്ല, മലബാറിന്റെ മുഴുവൻ സ്വത്താണ് എന്ന ന്യായത്തിന്മേൽ 'മാപ്പിളലഹള'യെന്ന പേരിനു പകരം 'മലബാർ ലഹള'യെന്ന പേരു വിളിക്കണമെന്നു വാദിച്ച പഴയ കെ പി സി സി പ്രസിഡന്റിൻെറ ആ അഭിപ്രായത്തെ പാർട്ടി ഒരിക്കൽക്കൂടി ശരിവയ്ക്കുന്നു.

25 കൊല്ലംമുമ്പ് കേരളത്തിൽ നടന്ന ആ സാമ്രാജ്യവിരോധസമരത്തിന്റെ ചരിത്രവും പാഠങ്ങളും പഠിക്കാൻ ഓരോ മലയാളിയോടും പാർട്ടി ഈ അവസരത്തിലഭ്യർഥിക്കുന്നു.

1921 ൽ മാപ്പിളലഹളയ്ക്കു കാരണമായതെന്തെല്ലാമാണോ അതെല്ലാം ഇന്നും നിലവിലുണ്ട്. അന്നത്തെപ്പോലെ ഇന്നും ഒരു ഭയങ്കരമായ ലോകമഹായുദ്ധം കഴിഞ്ഞിരിക്കുകയാണ്. സാധനങ്ങളുടെ വിലക്കൂടുതലും സാധനങ്ങൾ തീരെ കിട്ടാനില്ലെന്ന സ്ഥിതിയും മറ്റു ദുരിതങ്ങളും നാട്ടുകാരെ അലട്ടിക്കൊണ്ടിരിക്കുകയാണ്. അന്നത്തെപ്പോലെ ഇന്നും ലോകമഹായുദ്ധത്തിനുശേഷമുള്ള രാഷ്ട്രീയബോധം

നാട്ടുകാരിൽ മുഴുവൻ അലയടിക്കാൻ തുടങ്ങിയിരിക്കയാണ്. ഇതിൻെറ യെല്ലാം ഫലമായി പണിമുടക്കും മറ്റു സമരങ്ങളും എല്ലാ ജനവിഭാഗ ങ്ങളെയും ഇളക്കിത്തീർത്തിരിക്കയാണ്.

1921 ൽ മലബാറിൽ മാപ്പിളമാരുടെയെന്നപോലെ, ഇന്ത്യയിലെല്ലാ ഭാഗത്തും എല്ലാ ജനവിഭാഗങ്ങളുടെയും സമരങ്ങൾ നടക്കാൻ പോകു കയാണ്. 1921 ലെ 'മാപ്പിളലഹള'യെ എന്നപോലെ, 1946-47 ലെ സമരങ്ങളെ ഫാസിസ്റ്റ് മാർഗങ്ങളുപയോഗിച്ച് അടിച്ചമർത്താൻ സാമ്രാ ജ്യാധിപത്യവും അതിന്റെ കാവൽക്കാരായ നാട്ടുരാജാക്കന്മാരും ഒരു ക്കുകൂട്ടിക്കൊണ്ടിരിക്കുകയാണ്. 1921 ലെപ്പോലെ ഇന്നും സാമ്രാജ്യ വിരോധസമരത്തെ അഹിംസയുടെയും മറ്റും പേരിൽ എതിർക്കാൻ ദേശീയനേതൃത്വം തയാറായിരിക്കുന്നു.

1921 ലെ എന്നപോലെ ഇന്നും എല്ലാ വിഭാഗത്തിലുംപെട്ട ജനങ്ങ ളുടെ ഏകീകൃതസമരം സാമ്രാജ്യാധിപത്യത്തിനെതിരായി നയിക്കു ന്നതിനുപകരം ഒരു സമുദായം മറ്റൊരു സമുദായത്തിനെതിരായി പോരാടി ഇരുകൂട്ടരും സാമ്രാജ്യഭക്തന്മാരായിത്തീരുകയെന്ന ആപത്ത് നമ്മെ നേരിട്ടിരിക്കുന്നു.

അതുകൊണ്ട് 1921 ന്റെ പാഠങ്ങൾ പഠിക്കാൻ പാർട്ടി, കോൺഗ്രസു കാരോടും ലീഗുകാരോടും മറ്റെല്ലാ ദേശാഭിമാനികളോടും അഭ്യർഥി ക്കുന്നു. ഇന്ന് ലീഗ് ചെയ്യുന്നതുപോലെ കോൺഗ്രസിനും ഹിന്ദുക്കൾ ക്കുമെതിരായി ജിഹാദ് നടത്താനൊരുങ്ങിയാലുള്ള ആപത്ത് ലീഗുകാർ മനസിലാക്കണമെന്ന് ഞങ്ങൾ അവരോടപേക്ഷിക്കുന്നു. ലീഗിന്റെ സമരത്തെ കോൺഗ്രസ് ഗവൺമെൻറ് അടിച്ചമർത്തുമെന്നർഥം വരുന്ന പ്രസ്താവനകൾ പണ്ഡിറ്റ് നെഹ്റുവിനെപ്പോലുള്ള നേതാക്കന്മാർ പുറപ്പെടുവിക്കുന്നതിന്റെ ആപത്ത് മനസിലാക്കണമെന്ന് ഞങ്ങൾ കോൺഗ്രസുകാരോടപേക്ഷിക്കുന്നു. എല്ലാ വിഭാഗക്കാരുമായ ജനങ്ങൾ ഉയർന്നു മുന്നോട്ടുവന്നിട്ടുള്ള ഈ അവസരത്തിൽ അവരുടെ സമരങ്ങൾ നയിച്ചു സാമ്രാജ്യാധിപത്യത്തെ നശിപ്പിക്കുന്നതിനു പകരം സാമ്രാജ്യാ ധിപത്യവുമായി സന്ധിചെയ്യുകയും പണിമുടക്ക് മുതലായ ബഹുജന സമരങ്ങളെ എതിർക്കുകയും ചെയ്യുന്ന കോൺഗ്രസ്, ലീഗ് നേതാ ക്കന്മാരോട് ഈ നയമവസാനിപ്പിക്കണമെന്ന് ഞങ്ങളപേക്ഷിക്കുന്നു.

കോൺഗ്രസിലും ലീഗിലുമുള്ള ലക്ഷോപലക്ഷം സാധാരണജനങ്ങ ളോട് 1921 ന്റെ പാഠങ്ങൾ പഠിക്കാൻ പാർട്ടി അഭ്യർഥിക്കുന്നു. ആഗസ്റ്റ് വിപ്ലവത്തിൻെറ പേരിൽ ബഹുജനങ്ങളെ ഇളക്കിവിട്ട കോൺഗ്രസ് നേതാക്കന്മാർ 1921 ൽ വിപ്ലവം മറന്നതും ഇന്നുതന്നെ വേവലിന്റെ സേവയ്ക്കുപോവുന്നതും ഞങ്ങൾ കോൺഗ്രസുകാരുടെ ശ്രദ്ധയിൽപ്പെടു ത്തുന്നു. ബ്രിട്ടീഷുകാർക്കെതിരായി പ്രത്യക്ഷസമരം പ്രഖ്യാപിച്ചുവെന്ന് പറയുന്ന ലീഗിന്റെ മലബാർ നേതാക്കന്മാർ 1921 ൽ എന്തുചെയ്തുവെന്നും ഇന്ത്യയിലെങ്ങുമുള്ള ലീഗുനേതാക്കന്മാർ ഗവർണറുടെ സേവയ്ക്ക്

പോവുന്നതെങ്ങനെയെന്നും കാണാൻ ലീഗ് ബഹുജനങ്ങളോട് ഞങ്ങള ഭ്യർഥിക്കുന്നു. തങ്ങളുടെ നേതാക്കന്മാർ ഇന്ന് അനുവർത്തിക്കുന്ന നയത്തിൽ, ബ്രിട്ടീഷുകാരുമായി സന്ധിയും പരസ്പരം കലഹവുമെന്ന നയത്തിൽ മാറ്റം വരുത്താൻ തങ്ങൾക്ക് സാധിച്ചില്ലെങ്കിൽ 1921 ൽ മാപ്പിളനാട് അനുഭവിച്ച ദുരിതങ്ങൾ ഇന്ത്യയിലാകെ നടക്കുമെന്നോർക്കാൻ കോൺഗ്രസ്, ലീഗ് ബഹുജനങ്ങളോട് പാർട്ടി അഭ്യർഥിക്കുന്നു.

സി എസ് പി, ഫോർവേർഡ് ബ്ലോക്ക് മുതലായപേരിൽ സംഘടിതമായി കോൺഗ്രസിലും അസംഘടിതമായി ലീഗിലുമുള്ള ഇടതുവിഭാഗക്കാരോട് 1921 ന്റെ പാഠങ്ങൾ പഠിക്കാൻ പാർട്ടി അഭ്യർഥിക്കുന്നു. മതദ്രോഹികളും വിപ്ലവവിരോധികളും ആയ നേതാക്കന്മാരുടെ നേതൃത്വത്തിൽ ബഹുജനസമരം എങ്ങനെ പൊളിയുമെന്നും ഒരു സമുദായത്തെ മാത്രം ബാധിക്കുന്ന സമരങ്ങളെത്തന്നെ സാമുദായികലഹളയായി മാറ്റി നാടിനെ എങ്ങനെ നശിപ്പിക്കുമെന്നും നേതാക്കന്മാരുടെ വിപ്ലവവിരോധവും സമരത്തിന്റെ സാമുദായികസ്വഭാവവും സാമ്രാജ്യത്വത്തിന് എങ്ങനെ പ്രയോജനപ്പെടുമെന്നും പഠിക്കാൻ ഞങ്ങളവരോട് അപേക്ഷിക്കുന്നു. ഇന്നത്തെ രാഷ്ട്രീയ നേതാക്കന്മാരുടെ വിപ്ലവവിരോധപരവും പരസ്പര മമതാപരവുമായ നയത്തെ എതിർത്ത് നാട്ടുകാരുടെ സമരമനോഭാവത്തെ സംഘടിപ്പിക്കാൻ കോൺഗ്രസിലും ലീഗിലും മറ്റുമുള്ള ഇടതുവിഭാഗക്കാരും കമ്യൂണിസ്റ്റുകാരും ചേർന്നാൽ എത്ര വമ്പിച്ചൊരു സമരത്തിനും എത്ര വിജയകരമായ വിപ്ലവത്തിനും സാധ്യതകളുണ്ടെന്നു മനസിലാക്കാൻ ഞങ്ങൾ അവരോട് അഭ്യർഥിക്കുന്നു.

അനുബന്ധം: 2

GOVERNMENT OF MADRAS LEGISLATIVE DEPARTMENT

THE MAPPILLA OUTRAGES ACT, 1859
(ACT NO. XX OF 1859)
(As MODIFIED UP TO Ist JULY 1913)
ACT NO. XX OF 1859
(As modified up to Ist July 1913)

PASSED BY THE GOVERNOR GENERAL OF INDIA IN COUNCIL

(Received the assent of the Governor-General on the 31st August 1859)

An Act for the supperssion of outrage in the district of Malabar in the Presidency of Fort st. George.

Preamble

WHEREAS in the district of Malabar in the Presidency of Fort St. George murderous outrages have been frequently committed by persons of the class called Mappillas, the offenders in such outerages intending therein to sacrifice their own lives, and the general law of the country is not adequate to suppress such outrages, It is enacted as follows:-

1. Repeal of Acts XXXIII of 1854 and V of 1856, Rep. by the repealing Act, 1870(XIV of 1870)

Power to the declare the whole or part of Malabar under Act

2. it shall be lawful for the Governor in Council of Fort St. George, whenever he shall see fit, by a proclamation published in the Fort St. George Gazatte from time to time to declare the whole or any part or parts of the district of malabar to be subject to the operation of all or any of the following provisions.

For feiture of property of Mappilas convicted of outrages

3. Any Mappilla who murders or attempts to murder any person, or who takes part in any outerage directed by Mappillas aganist any person wherein murder is committed or is attempted to be committed, or is likely to be committed, and any person who shall procute or promote the commission of any such crime as aforesaid or shall incite or encourage any other person ro persons to commit the same, or who, after having committed, or having been accessory to, any such crime as aforesaid, shall forcibily resist any person or persons having lawful authority to apprehend him, or who shall join or assist, or incite or encourage other persons to join or assist, in such resistance, shall, on conviction there of, be liable not only to the punishment provided by law for the offence of which he may be convicted, but also to be forfeiture of all his property, of whatever kind, to Government, by the sentence of the court by which he is tried,

of persons killed committing outrages

and whenever any person shall be killed in the act of committing any such offence as aforesaid, or being wounded and taken prisoner in the act of committing any such offence as aforesaid, shall afterwards die of his wounds, it shall be competent to the court, which would have had cognizance of the offence if the offender could have been brought to trail, to proceed, on the application of the magistrate, to hold an inquest in to circumstance of the death of the offender, and on proof of his having been killed as aforesaid, or of his having died of wounds received as aforesaid, to adjudge that the whole of his property shall be forefeited to Government.

of immovable property of offender

4. All immovable property of the offender which shall be alienated after the passing of this Act and before the commission of any offence specified in section 3 shall be forfeited in the same manner as if no such alienation had been made, unless the same shall have been made more than twelve months before the commission of the offence.

Disposal of bodies of offending Mappilas

5. If any Mappilla shall be sentenced to death for any capital offence, punishable also with forfeiture of property under this Act, it shall be alwful for the court, by which such offender is convicted, by its sentence to direct the body of such offender to be burned or buried within the precincts of the jail, as it shall see fit, and in like manner, if any Mappilla shall be killed in the act of committing any such offence as aforesaid or having committed any such offence as foresaid, shall be killed in resisting a lawful for the magistrate to cause the body of the person so killed to be burned or buried within the precincts or the jail, as the said magistrate shall see fit.

Powers of Governor in Council as to confinement or trial

Proceedure of magistrate in respect to suspected persons

6. The governor in Council shall have, with respect to the confinement or trial of any person charged with or suspected of an intention to commit any offence punishable under this Act, the powers which are vested in him by any law regarding the confinement or trail of persons charged with or suspected of state offences, and the provisions of any such law shall be applicable to all cases in which the Governor in Council shall proceed under the authority of this section.

Penalty for remaining or returning within forbiden limits

7. The magistrate of the district may cuse any mapplilla or other person against whom there are, in his judgement, grounds of proceeding under the last section, to be apprehended, and, after such enquriy as he may think necessary, may detain such Mappilla or other person in safe custody untill he shall have received the oders of the Governor inCouncil, to whom in all such cases he shall report his proceedings without unnecessary delay.

levy of compensation or fine

8. If, with the previous consent of the Governor in Council, any person against whom the Governor in Council shall think fit to proceed under section 6 shall undertake, in consideration of the suspension of such proceedings, to depart within a suspension of such proceedings, to depart within a specified period from within the limit of the continent of India or of any part herof, and shall in breach of his said undertaking, and without the permission of the Governor in council, remain or return within such limits, he shall be liable to be punished with imprisonment with or without hard labour for a period which may extent to seven years, or with fine, or both.

9. whenever any such outrageas is specified in section 3 of this Act, the same being punishable this Act, shall, after such proclamation as aforesaid, have been committed by any Mappilla or Mappilas, it shall be lawful for the magistrate, with sanction of the Governor in Council, to levy such sum of money as the Governor in Council, shall authorize from all the Mappillas within the amsam or sveral amsams to which the perpetrator or perepetrators or any one of such perpetrators of such outeragaes shall be found to belong, or wherein any such perpetrator shall been resident at the time of the commission of the outrage, and also within the amsam in which the outrage shall have been committed, and the said magistrate shall assess the proportions of which the said sum shall be payable upon the several heads of families of Mappillas within such amsam or amsams, according to his judgement of their respective means, and the said magistrate shall appropriate the sum so levied as follows, that is to say, in the first palace, to the compensation of the parties aggrived by such outrageas, including therein compensation to the family of any person dying by any such outrage for the pecuniary loss occasioned or likely to be occasioned by such death, and, to such compensation, to the use of the Government.

Penalty on Mappillas inhabitants of amsam refusing to deliver up offender

10. Whenever any such outrageas is specified in section 3 of Act, the same being punishable under this Act, shall have been committed by any Mappila or Mappillas, it shall be lawful for the magistrate to call upon the Mappilla inhabitants of

Fines, etc, how levied

the amsam or amsams to which the perpetrator or perpetrators or any one of such perpatrators of such outrage shall be found to belong, or wherein any such perpetrator shall have been resident at the time of the commission of the outrage, or wherein any such perpetrator shall after the prepetration of any such outrage be found, to deliver up such perpetrator or perpetrators, and on the failure of such Mappila inhabitants to comply with such call so made upon them by the magistrate, it shall be lawful for the magistrate, with the sanctionof the the Governor in Council, to levy from such Mappila inhabitants such sum of money as the Governor in council shall authorise as prescribed in the last preceding section of this Act, and all sums so levied shall be appropriated in the manner prscribed in that section.

11. All fines and pecuniary liabilites incurred under this Act may be levied by a magistrate under summary process, in the same manner as the public revenue my be realized by a Collector, and no action shall lie in any civil court aganist the magistrate in respect of any fine imposed or any assessment made under this Act, or in respect of the levy of any portion of such fine the person or persons upon whom the same shall have been assessed.

Power to withdraw part of Malabar from Act.

12. It shall be lawful for the governor in council, by such proclamation as aforesaid, from time to time to withdraw from the operation of the provisions of this Act any part or parts of the said district which he may previsously have declared to be subject thereto, and in like manner,

as occasion shall require, to subject the same part or parts again to the operation of such provsions, or of any of them.

13. Duration of Act, Rep. by the Mappila outrages Act Continuance Act, 1869 (Mad. Act VII of 1869)

അനുബന്ധം: 3

ചേറ്റൂർ പടപ്പാട്ട്
(ബ്രിട്ടീഷ് ഗവൺമെന്റ് നിരോധിച്ചത്)

അനുബന്ധം: 4

ബ്രിട്ടീഷുകാർ നിരോധിച്ച മറ്റൊരു പടപ്പാട്ട്

9 789382 328537

Printed by Libri Plureos GmbH in Hamburg,
Germany